എം.കെ.മനോഹരൻ

കണ്ണൂർജില്ലയിലെ പെരളശ്ശേരിയിൽ ജനനം.

ചന്തുവിന്റെ വിശേഷങ്ങൾ, സതീശൻ, അലോഷ്യസിന്റെ അമ്മ, മണ്ണുമാന്തിയന്ത്രം, മഴയുടെ വയസ്സ്, ചിത്രശലഭങ്ങളുടെ തീവണ്ടി, ചിരിയുടെ സംഗീതം, എൻ.ശശിധരനുമായി ചേർന്നെഴുതിയ കുട്ടികളുടെ വീട്, മീനുകളുടെ നൃത്തം എന്നീ നാടകസമാഹാരങ്ങളും, സ്വപ്നനാണയം, അലക്കുകല്ലുകളുടെ പ്രണയം എന്നീ കഥാസമാഹാരങ്ങളും പ്രസിദ്ധീകരിച്ചിട്ടുണ്ട്.

'നോവ്' എന്ന കഥയ്ക്ക് ജോൺ അബ്രഹാം പുരസ്കാരവും, 'ചിത്രശലഭങ്ങളുടെ തീവണ്ടി'ക്ക് പി.നരേന്ദ്രനാഥ് അവാർഡും സംസ്ഥാന ബാലസാഹിത്യ ഇൻസ്റ്റിറ്റ്യൂട്ട് അവാർഡും 'മണ്ണുമാന്തിയന്ത്ര'ത്തിന് അബൂദാബി ശക്തി അവാർഡും, 'അലക്കുകല്ലുകളുടെ പ്രണയ'ത്തിന് ചെറുകാട് അവാർഡും 2022ലെ പി.ടി. തങ്കപ്പൻ മാസ്റ്റർ സാഹിത്യ പുരസ്കാരവും ലഭിച്ചിട്ടുണ്ട്.

പുരോഗമന കലാസാഹിത്യ സംഘം സംസ്ഥാന സെക്രട്ടറിയാണ്. സ്റ്റേറ്റ് ബാങ്ക് ഓഫ് ഇന്ത്യയിൽനിന്ന് വിരമിച്ചു.

ഭാര്യ : പ്രീത
മക്കൾ : അഷിത, അലോഷ്

വിലാസം : 'ഇമ', പെരളശ്ശേരി, പി.ഒ മുണ്ടലൂർ, കണ്ണൂർജില്ല - 670622
മൊബൈൽ : 9495275391
E-mail : manoharan.ema@gmail.com

Malayalam Language
Vithiniteyo Vrikshathinteyo Orma
(Stories)
by
M K Manoharan
♦
Published in March 2023
by Kairali Books Private Limited
Thalikkavu Road, Kannur.
Ph : 0497-2761200
E-Mail : kairalibooksknr@gmail.com
♦
Cover Design
Prasanth Mangad
♦
Printed at
Printing Park, Tly.

Price ₹ : 200.00
109/22-23/Sl.No.1417/500/NS 18.6
ISBN 978-93-93397-46-1

വിത്തിന്റെയോ
വൃക്ഷത്തിന്റെയോ ഓർമ്മ

(കഥകൾ)

എം.കെ.മനോഹരൻ

കൈരളി ബുക്സ്

കഥകൾ

കഥ

മനോഹരം

ടി. പത്മനാഭൻ

ഇന്നലെയായിരുന്നു മനോഹരന്റെ യാത്രയയപ്പ്. എന്നോട് ആരും പറഞ്ഞിരുന്നില്ല. എങ്കിലും ഞാൻ പോയി.

ഒരാഴ്ച മുമ്പാണ് ഞാൻ ഈ വിവരം അറിഞ്ഞത്. അപ്പോൾ ഞാൻ നാരായണനോട് ചോദിച്ചു, "എടോ ഈ കേൾക്കുന്നത് ശരിയാണോ? ഇയാൾ കണ്ണൂർ വിട്ട് എറണാകുളത്തേക്ക് സ്ഥിരതാമസത്തിന് പോവുകയാണോ? പിന്നെ ഈ യാത്രയയപ്പ്- അതിനെപ്പറ്റി എന്നോടൊന്നും പറഞ്ഞിട്ടില്ല. നിങ്ങളോട് പറഞ്ഞോ?"

അപ്പോൾ നാരായണൻ പറഞ്ഞു.

"എറണാകുളത്തേക്ക് താമസം മാറ്റുന്നതിനെപ്പറ്റി കൃത്യമായൊന്നും പറഞ്ഞിട്ടില്ല. എന്നാൽ അങ്ങനെ സംഭവിച്ചാൽ ഞാൻ അത്ഭുതപ്പെടുകയുമില്ല. നിങ്ങൾക്കും അറിയാമല്ലോ, അച്ഛൻ മരിച്ചതിനുശേഷം മനോഹരൻ ഇവിടെ തറവാട്ടുവീട്ടിൽ ഒറ്റയ്ക്കാണെന്ന്. മകളും ഭർത്താവും എറണാകുളത്ത്. രണ്ടുപേർക്കും നല്ല ജോലിയാണ്. മകളുടെ കുട്ടിക്ക് രണ്ടുവയസ്സേ ആയിട്ടുള്ളു. ഇതുകൊണ്ടൊക്കെത്തന്നെയാണ് മനോഹരന്റെ ഭാര്യ മകളുടെ കൂടെ പോയത്. കൊച്ചുമകളെന്നുവച്ചാൽ മനോഹരന് ജീവനാണ്. കുട്ടിക്കും അങ്ങനെതന്നെ. അവളെ പിരിഞ്ഞിരിക്കുന്നത് മനോഹരന് ഏറെ വിഷമമാണ്. അതുകൊണ്ടാണ് ഇടയ്ക്കിടെ ഇവിടെനിന്ന് മുങ്ങുന്നത്. എറണാകുളത്ത് രണ്ടോ മൂന്നോ ദിവസം താമസിച്ചതിനുശേഷം ഇങ്ങോട്ടും വരും. ഇവിടെ കക്ഷിക്ക് നൂറുകൂട്ടം കമ്മിറ്റ്മെന്റുകളുണ്ടല്ലോ. തുടർച്ചയായുള്ള യാത്രകൾ ഒഴിവാക്കി എറണാകുളത്ത് സ്ഥിരമായി താമസിക്കാൻ മകളും ഭർത്താവും നിർബന്ധിക്കാൻ തുടങ്ങിയിട്ട് കുറച്ചായെന്ന് എനിക്കറിയാം. ഇതൊക്കെകൊണ്ടായിരിക്കാം...."

ഇങ്ങനെ പറഞ്ഞ് നാരായണൻ നിർത്തി.

പിന്നീട് അല്പനേരത്തെ മൗനത്തിനുശേഷം ഒരു ചെറുപുഞ്ചിരിയോടെ തുടർന്നു, പിന്നെ, നിങ്ങളെന്താ പറഞ്ഞത്, ഈ യാത്രയയപ്പിനെപ്പറ്റി നിങ്ങളോടൊന്നും പറഞ്ഞിട്ടില്ലെന്നോ? എന്നെപ്പോലെത്തന്നെ നിങ്ങളും മനോഹരനെ കാണാൻ തുടങ്ങിയിട്ട് കാലം കുറച്ചായില്ലേ. തന്നെ സംബന്ധിക്കുന്ന എന്തെങ്കിലും കാര്യങ്ങൾ ആരോടെങ്കിലും അയാൾ പറയുന്നത് നിങ്ങൾ കേട്ടിട്ടുണ്ടോ? ഉണ്ടാകില്ല. കാരണം അയാൾ ഒരിക്കലും അങ്ങനെയൊന്നും പറയുകയില്ല എന്നതുന്നെ. തന്നെ സംബന്ധിക്കുന്ന ഏറ്റവും നല്ല കാര്യമായാൽപോലും. ഓർമയില്ലേ, മനോരമ വാരാന്തപ്പതിപ്പിൽ വന്ന ഒരു കഥയെപ്പറ്റി നിങ്ങൾ ആവേശപൂർവ്വം പറയാൻ തുടങ്ങിയപ്പോൾ അത് നമ്മുടെ മനോഹരൻ എഴുതിയതാണ് എന്ന് ഞാൻ പറഞ്ഞതും, വിശ്വാസം വരാതെ അത്ഭുതത്തോടെ 'നമ്മുടെ മനോഹരനോ' എന്നു നിങ്ങൾ ചോദിച്ചതും. സുഹൃത്തേ അതാണ് മനോഹരൻ! വളരെ ചുരുക്കമായേ എഴുതാറുള്ളു. പക്ഷെ, എഴുതുന്നതൊക്കെ വളരെ നല്ലതാണുതാനും. നല്ലതാവാതെ വയ്യല്ലോ. പൂർണ്ണമായും ആത്മാവിൽ തൊട്ട കാര്യങ്ങളെക്കുറിച്ചല്ലേ എഴുതുന്നത്. അതും എപ്പോഴെങ്കിലും!"

ഞാൻ എല്ലാം കേട്ടുനിൽക്കുക മാത്രം ചെയ്തു. അതൊക്കെ ശരിയാണെന്ന് എനിക്കും അറിയാമല്ലോ. നാരായണന്റെ അത്ര പരിചയമോ അടുപ്പമോ ഇല്ലെങ്കിലും. എന്നാലും ഞാനും കുറച്ചു കൊല്ലമായല്ലോ കാണാൻ തുടങ്ങിയിട്ട്.

യാത്രയയപ്പിന് ഞാൻ പോയത് തനിച്ചായിരുന്നു. രാമചന്ദ്രന്റെ ഓട്ടോയിൽ വീടിന് അടുത്താണ് മീറ്റിങ്ങ് എന്നു കേട്ടിരുന്നു. മനോഹരന്റെ അച്ഛൻ മരിച്ചപ്പോൾ ഞാൻ വീട്ടിൽ പോയിരുന്നു. ടൗണിൽനിന്ന് വളരെ അകലെയൊന്നുമില്ലെങ്കിലും ഒരു തനി നാടൻ പ്രദേശം. വിശാലമായ പറമ്പുകൾ, വയലുകൾ, വാഹനങ്ങൾക്ക് കടന്നുപോകാൻ കഴിയാത്ത ഇടവഴികൾ.

വീടെത്താറാകുമ്പോൾ വലിയ ബോർഡ് കണ്ടു. മനോഹരന്റെ ചിത്രമുള്ള ബോർഡുകൾ. യോഗസ്ഥലത്തേക്കുള്ള വഴിയുടെ ഇരുവശത്തും കൊടിത്തോരണങ്ങളുണ്ടായിരുന്നു.

അവിടെയെത്തിയപ്പോൾ സത്യത്തിൽ എന്റെ കണ്ണുതള്ളിപ്പോയി. ഞാൻ പ്രതീക്ഷിച്ചത് കുറച്ചാളുകൾ മാത്രം പങ്കെടുക്കുന്ന, തീർത്തും ഔപചാരികമായ ഒരു യോഗമായിരുന്നു. പക്ഷെ, ഇത് ഒരു മനുഷ്യക്കടൽതന്നെ. അടുത്തടുത്തുള്ള വലിയ രണ്ടു പറമ്പുകൾ വൃത്തിയാക്കി, അവിടം മുഴുവൻ പ്ലാസ്റ്റിക്ക് കസേരകൾ നിരത്തി...യോഗത്തിനെത്തിയ ആളുകളാണെങ്കിൽ, കൊച്ചുകുട്ടികൾ മുതൽ വൃദ്ധന്മാർ വരെ.

സ്ത്രീകളും പുരുഷന്മാരും. മുഴുവൻ സീറ്റിലും ആളുകളുണ്ടായിരുന്നു. എന്നെ അമ്പരപ്പിച്ച മറ്റൊരു കാര്യം അവിടുത്തെ പരിപൂർണ്ണ നിശ്ശബ്ദതയായിരുന്നു. കുട്ടികൾപോലും ശബ്ദമുണ്ടാക്കിയിരുന്നില്ല. എല്ലാവരുടെയും മുഖത്ത് ദുഃഖഭാവമായിരുന്നു. എന്തോ വലിയ ഒരാപത്ത് സംഭവിച്ചതുപോലെയായിരുന്നു.

ഏറ്റവും പിറകിലായി, ആരുടെയും ശ്രദ്ധയിൽപ്പെടാതെ ഞാൻ നിന്നു. സ്റ്റേജിന്റെ അരികിലായി നാരായണനും ഭാരവാഹികളുമുണ്ടായിരുന്നു. അവരുടെയൊന്നും കണ്ണിൽപ്പെടരുതെന്നായിരുന്നു എന്റെ ആഗ്രഹം.

മനോഹരനെ ആ പുരുഷാരത്തിലൊന്നും ഞാൻ കണ്ടില്ല. അവിടെ അങ്ങനെ തനിച്ചുനിന്നപ്പോൾ മനോഹരനെ ആദ്യം കണ്ട രംഗം ഞാൻ ഓർത്തുപോയി.

കൊച്ചിയിലെ എന്റെ താമസം മതിയാക്കി കണ്ണൂരിലേക്ക് വന്ന ആദ്യനാളുകളിലൊന്നിലായിരിക്കണം, ഒരാവശ്യത്തിനായി സ്റ്റേറ്റ് ബാങ്കിൽ പോകേണ്ടിവന്നു. ഒപ്പം രാമചന്ദ്രനുമുണ്ടായിരുന്നു. പണ്ട് കണ്ട് സ്റ്റേറ്റ് ബാങ്കൊന്നുമായിരുന്നില്ല. ഏറ്റവും ആധുനികസൗകര്യമുള്ളതും പൂർണ്ണമായും ശീതീകരിച്ചതും. വാതിൽക്കലുള്ള ഉദ്യോഗസ്ഥനോട് എന്റെ ആവശ്യം അറിയിച്ചപ്പോൾ അയാൾ ആ വകുപ്പിലെ ആഫീസറുടെ ക്യാബിനിലേക്ക് കൈ ചൂണ്ടിക്കാണിച്ചു.

ക്യാബിൻ വളരെ മനോഹരമായി ഫർണിഷ് ചെയ്തതായിരുന്നു. ഓഫീസറാണെങ്കിൽ ചെറുപ്പക്കാരനായ ഒരു സുന്ദരക്കുട്ടപ്പനും. ഞങ്ങൾ ചെല്ലുമ്പോൾ ഓഫീസർ അയാളുടെ മുന്നിൽ ഇരുന്നിരുന്ന മറ്റൊരു ചെറുപ്പക്കാരനുമായി വളരെ സന്തോഷത്തിൽ എന്തൊക്കെയോ പറഞ്ഞുകൊണ്ടിരിക്കുകയായിരുന്നു. ഞങ്ങളെ കണ്ട ഭാവമേ അയാൾക്കുണ്ടായിരുന്നില്ല. ഞങ്ങളോട് ഇരിക്കാനും പറഞ്ഞില്ല. കാൽ കഴയ്ക്കാൻ തുടങ്ങിയപ്പോൾ ക്ഷീണിതനായതിനാൽ ഞാൻ രാമചന്ദ്രന്റെ തോളിൽ ബലമായി പിടിച്ചുനിന്നു.

ഒടുവിൽ തന്റെ ചങ്ങാതി സംഭാഷണം മതിയാക്കി പോയതിനുശേഷവും ഞങ്ങളോടൊന്നും ചോദിക്കാതെ ഓഫീസർ ഫോണെടുത്ത് വേറെ ആരോടോ സംസാരിക്കാൻ തുടങ്ങി. അപ്പോൾ എന്റെ എല്ലാ ക്ഷമയും കെട്ടു. ഞാൻ അല്പം കടുപ്പത്തിൽ തന്നെ പറഞ്ഞു.

“സാറേ, ഞാൻ ഇവിടെ വന്നു നിൽക്കാൻ തുടങ്ങിയിട്ട് കുറച്ച് ഏറെ നേരമായി. നിങ്ങളാണെങ്കിൽ നിങ്ങളുടെ ചങ്ങാതിയുമായി ‘കിസ്സ’ പറഞ്ഞ് രസിക്കുകയായിരുന്നു. ജോലിസമയമാണ്. ഞാനാണെങ്കിൽ പ്രായം ചെന്നവനും രോഗിയുമാണ്. നിങ്ങൾ എന്നോട് ഒന്ന് ഇരിക്കാൻ പറഞ്ഞോ? ഈ ക്യാബിനിലെ കസേരകൾ ആർക്ക് ഉപയോഗിക്കാൻ

വേണ്ടിയുള്ളതാണ്? ഇന്ത്യാ ഗവൺമെന്റിന്റെ ഒരു സ്ഥാപനത്തിൽ സാമാന്യം ഉയർന്ന ഒരു പദവിയിൽ ദീർഘകാലം ജോലി ചെയ്തിട്ടുള്ള വനാണ് ഞാൻ. എന്റെയടുക്കൽ വന്നവരോട് ഞാൻ ഇങ്ങനെ ഒരിക്കലും പെരുമാറിയിട്ടില്ല. നിങ്ങളുടെ ഒരു കസ്റ്റമറാണ് ഞാൻ. ആ നിലയിലുള്ള എന്റെ ഒരാവശ്യവുമായിട്ടാണ് ഞാൻ ഇവിടെ വന്നത്. ആ എന്നോട്..."

ചെറുപ്പക്കാരനായ ഓഫീസർ അപ്പോൾ എന്നെ രൂക്ഷമായി നോക്കി. എന്നിട്ട് കടുപ്പിച്ച സ്വരത്തിൽ ചോദിച്ചു.

"നിങ്ങൾക്കെന്താ വേണ്ടത്?"

ഞാൻ എന്റെ ആവശ്യം പറഞ്ഞപ്പോൾ അയാൾ പറഞ്ഞു.

"അത് ഇവിടെയല്ല."

എന്നിട്ട് തന്റെ ദേഷ്യം ഒട്ടും മറച്ചുവെയ്ക്കാതെ വെളിയിൽ എവി യെടോ കൈചൂണ്ടി.

പുറത്തിറങ്ങിയ ഞങ്ങൾ ആ കാട്ടിൽ ഇനി എവിടെയാണ് പോകേ ണ്ടത് എന്നറിയാതെ പകച്ചുനിന്നപ്പോൾ മധുരമായ പുഞ്ചിരിയോടെ ഒരു ചെറുപ്പക്കാരൻ വന്നു ചോദിച്ചു. "എന്താ വേണ്ടത്? ഞാൻ ഇവിടത്തെ തന്നെ ഒരു ജോലിക്കാരനാണ്."

ഞാൻ എന്റെ ആവശ്യം വിവരിച്ചുകൊടുത്തപ്പോൾ അയാൾ പറഞ്ഞു, "എന്റെ കൂടെ വരൂ."

എന്നിട്ട് മറ്റൊരു ക്യാബിനിലിരിക്കുന്ന ഓഫീസറുടെ അടുക്കലേക്ക് ഞങ്ങളെ കൂട്ടിക്കൊണ്ടുപോയി.

ഈ ഓഫീസർ മനുഷ്യപ്പറ്റുള്ള ഒരാളായിരുന്നു. ഇദ്ദേഹം വളരെ വേഗ ത്തിൽതന്നെ എന്റെ ആവശ്യം നിർവ്വഹിച്ചുതന്നു.

നന്ദി പറഞ്ഞുകൊണ്ട് പോരുമ്പോൾ ആദ്യത്തെ ചെറുപ്പക്കാരനായ ഓഫീസറുടെ അടുക്കൽനിന്ന് എനിക്കുണ്ടായ അനുഭവംകൂടി പറയാ തിരിക്കാൻ കഴിഞ്ഞില്ല.

അപ്പോൾ ചിരിച്ചുകൊണ്ട് അയാൾ പറഞ്ഞു, "മറന്നുകള സാറ് ലോകം കണ്ട്, വലിയ അനുഭവങ്ങളുള്ള ഒരാളാണ്. മനുഷ്യർ പലതര ത്തിലല്ലേ? എന്റെ കൊലീഗിനുവേണ്ടി ഞാൻ മാപ്പുചോദിക്കുന്നു."

ഞാൻ അപ്പോൾ വല്ലാതായി.

പോരുമ്പോൾ ഞങ്ങളെ ഈ ഓഫീസറുടെ അടുക്കൽ കൂട്ടിക്കൊ ണ്ടുപോയ ആ ചെറുപ്പക്കാരൻ പുറത്തേക്കുള്ള വാതിൽവരെ ഞങ്ങളെ അനുഗമിച്ചു. എന്നിട്ട് രാമചന്ദ്രനോട് പറഞ്ഞു, "എന്റെ പേര് മനോഹ രൻ. ഇവിടെ എന്താവശ്യമുണ്ടെങ്കിലും എന്നെ വിളിച്ചാൽ മതി."

എന്നിട്ട് പല്ലുമുഴുവൻ വെളിയിൽ കാട്ടി മധുരമായി പുഞ്ചിരിച്ചുകൊണ്ട് തന്റെ ഇരിപ്പിടത്തിലേക്ക് പോയി.

സ്വതവേ അധികമൊന്നും പറയാത്ത രാമചന്ദ്രൻ മനോഹരൻ പോയ വഴിയേ നോക്കി അവിടെത്തന്നെ നിന്നു. എന്നിട്ട് ഒരു നിശ്വാസത്തോടെ പറഞ്ഞു, "ഇപ്പഴത്തെ കാലത്തും ഇങ്ങനെയൊക്കെയുള്ള ആളുകളൊക്കെ ഉണ്ടല്ലോ."

ഞാൻ ഒന്നും പറഞ്ഞില്ല. പക്ഷെ ഞാനും അങ്ങനെയൊക്കെ വിചാരിക്കുന്നുണ്ടായിരുന്നു. അന്നും അതിനുശേഷവും മനോഹരനുമായി അടുത്ത ബന്ധം പുലർത്താൻ തുടങ്ങിയ ശേഷവും ഈ അടുത്തകാലത്തുപോലും ഞാൻ നാരായണനോട് പറഞ്ഞു.

"എനിക്ക് ഈ മനോഹരനെ മനസ്സിലാകുന്നതേയില്ലല്ലോ."

അപ്പോൾ നാരായണൻ, "എനിക്കും മനസ്സിലായിട്ടില്ല. ആർക്കും മനസ്സിലായിട്ടില്ല. പക്ഷെ, ഒന്നു ഞാൻ പറയാം. മനോഹരൻ ഒരു ഭൗതികവാദിയാണ്. പക്ഷെ, അപ്പോഴും നമ്മുടെ പഴയ ഋഷികളുടെ ആ വിശ്വാസമുണ്ടല്ലോ...'ഇദം ന മമ' ഒന്നും എന്റേതല്ല. ഒന്നാലോചിച്ചാൽ ഇതിൽ വലിയ വൈരുദ്ധ്യങ്ങളൊന്നുമില്ലതാനും. പിന്നെ, നിങ്ങളറിയുമോ, അയാൾ ഈയിടെ വളണ്ടറി റിട്ടയർമെന്റ് എടുത്തു എന്ന്. ഞാനടക്കം ആരോടും ഈ തീരുമാനത്തെക്കുറിച്ച് മുൻകൂട്ടി എന്തെങ്കിലും പറയുകയോ ആലോചിക്കുകയോ ചെയ്തിരുന്നില്ല. ഞങ്ങൾ ചോദിച്ചപ്പോൾ പറഞ്ഞത് കൂടുതൽ പ്രവർത്തനസ്വാതന്ത്ര്യം- സമയവും- കിട്ടുമല്ലോ എന്നാണ്.

ബാങ്കിൽ നിന്ന് രാജി വച്ചെങ്കിലും ഇപ്പോഴും അവിടെ ഇടയ്ക്കിടെ പോകാറുണ്ട്. സ്വന്തം കാര്യങ്ങൾക്കുവേണ്ടിയല്ല, മറ്റുള്ളവർക്കുവേണ്ടി. അവിടെ മാനേജർമുതൽ ശിപായി വരെ എല്ലാവർക്കും അയാളെ വലിയ കാര്യമാണുതാനും. മനോഹരൻ പറഞ്ഞാൽ ആരും ഒന്നും തള്ളിക്കളയുകയുമില്ല."

ഞാൻ അത്ഭുതത്തോടെ എല്ലാം കേട്ടുനിൽക്കുക മാത്രം ചെയ്തു.

മീറ്റിംഗ് ആരംഭിച്ചുകഴിഞ്ഞിരുന്നു. പഞ്ചായത്ത് പ്രസിഡണ്ട് അധ്യക്ഷൻ, അടുത്ത ഗ്രാമത്തിലെ പഞ്ചായത്ത് പ്രസിഡണ്ട് മുഖ്യ ഉദ്ഘാടകൻ. പിന്നെ പാർട്ടി ഭാരവാഹികൾ, മനോഹരനെ ചെറുപ്പത്തിൽ പഠിപ്പിച്ച ചില അധ്യാപകർ, ബാങ്ക് മെൻസ് അസോസിയേഷൻ ഭാരവാഹികൾ...

പാർട്ടി ഭാരവാഹികളുടെ പ്രസംഗം തീർത്തും അരോചകമായിരുന്നു. അവർ മാർക്സിനെയും ഏംഗൽസിനെയും കമ്മ്യൂണിസ്റ്റ് മാനിഫെസ്റ്റോയെയും കുറിച്ച് പറഞ്ഞപ്പോൾ മനോഹരനെപ്പറ്റി പറയാൻ മറന്നുപോയി.

ഒടുവിലായിരുന്നു നാരായണന്റെ ഊഴം.

നാരായണൻ പറഞ്ഞു.

"ഞാൻ യാത്രാമംഗളമൊന്നും നേരുന്നില്ല. കാരണം, എനിക്കറിയാം, അദ്ദേഹത്തിന് എറണാകുളത്ത് സ്ഥിരമായി താമസിക്കാനൊന്നും കഴിയില്ല. ഈ കണ്ണൂരിനെ, ഇവിടത്തെ ആളുകളെ വിട്ടിട്ട് അദ്ദേഹത്തിന് എവിടെ പോകാൻ കഴിയും? പഴയതുപോലെ പോകലും വരവുമാണുണ്ടാവുക...."

സ്റ്റേജിൽ നിന്നിറങ്ങുന്നതിന് മുമ്പായി നാരായണൻ പ്രസിഡണ്ടിന്റെ ചെവിയിൽ എന്തോ മന്ത്രിക്കുന്നതു കണ്ടു.

അപ്പോൾ പ്രസിഡണ്ട് ഏറെ ഭവ്യതയോടെ,

"സുഹൃത്തുക്കളെ, ഈ വലിയ സദസ്സിൽ എവിടെയോ മനോഹരന്റെ സുഹൃത്തായ പ്രശസ്ത കഥാകൃത്ത് ടി. പത്മനാഭനുണ്ട്. അദ്ദേഹത്തോട് വേദിയിൽ വന്ന് തന്റെ സുഹൃത്തിനെക്കുറിച്ച് രണ്ടു വാക്ക് പറയുവാൻ ഞാൻ അപേക്ഷിക്കുന്നു."

ഞാൻ വല്ലാതായി. ഇത് പ്രതീക്ഷിച്ചതേയല്ലല്ലോ. ഒരുനിമിഷം സംശയിച്ചുനിന്ന ശേഷം ഞാൻ രാമചന്ദ്രന്റെ കൈ പിടിച്ച് പതുക്കെ സ്റ്റേജിലേക്ക് നടന്നു.

അവിടെ, ആ വലിയ പുരുഷാരത്തെ നോക്കി നിന്നപ്പോൾ ആദ്യം എനിക്ക് വാക്കുകളൊന്നും കിട്ടിയില്ല. പക്ഷേ, അത് ഒരു നിമിഷത്തേക്ക് മാത്രമായിരുന്നു. പിന്നീട് പറയാൻ തുടങ്ങി.

"സുഹൃത്തുക്കളേ, ഞാൻ മാർക്സിനെയും ഏംഗൽസിനെയുമൊന്നും പഠിച്ചിട്ടില്ല. ദാസ് ക്യാപിറ്റലും കമ്മ്യൂണിസ്റ്റ് മാനിഫെസ്റ്റോയും വായിച്ചിട്ടുമില്ല. പക്ഷെ, എനിക്ക് ഈ മനുഷ്യനെ, നമ്മുടെയെല്ലാം അയൽക്കാരനായ ഈ മനുഷ്യനെ, നമ്മളിൽ ആർക്കെങ്കിലും ഒരു വിഷമം വന്നാൽ രാഷ്ട്രീയമോ മതമോ ജാതിയോ നോക്കാതെ, രാവെന്നോ പകലെന്നോ ഇല്ലാതെ സഹായവുമായി ഓടിവരുന്ന...."

ഇത്രയും പറഞ്ഞപ്പോൾ എന്റെ കണ്ഠമിടറി. എനിക്ക് തുടരാനും കഴിഞ്ഞില്ല. പക്ഷെ, എല്ലാ ശക്തിയും സമാഹരിച്ച് ഞാൻ ഉറക്കെ പറഞ്ഞു, "എനിക്ക് അതുമതി...അതുമതി."

(എം.കെ. മനോഹരനെ കഥാപാത്രമാക്കി ടി. പത്മനാഭൻ എഴുതിയ കഥ)

o

ജലത്തിൽ മത്സ്യത്തെ പോലെ

ഒരു ചൈനീസ് പഴഞ്ചൊല്ലിൽ പറയുന്നതുപോലെ മറ്റെല്ലാ മനുഷ്യരും ദുഃഖിക്കാൻ തുടങ്ങുന്നതിന് വളരെ മുമ്പുതന്നെ അയാൾ ദുഃഖിക്കുകയും മറ്റെല്ലാ മനുഷ്യരും സന്തുഷ്ടരായതിനുശേഷം അയാൾ സന്തോഷിക്കുകയും ചെയ്യും. -ലുഷാവ്ചി

(എങ്ങനെ നല്ല കമ്മ്യൂണിസ്റ്റാകാം)

എഴുത്തുകാരൻ കഥ കീറിക്കളഞ്ഞു. ശരീരം കീറിമുറിക്കുന്നതുപോലെ തന്നെയായിരുന്നു അത്. കടലാസിനും വാക്കുകൾക്കും നല്ല വേദനയുണ്ടാകും. എന്നാൽ പോലും അതൊരു തെറ്റായ തീരുമാനമായിരുന്നില്ല. നിലപാടുകളിലെ ശരികൊണ്ട് അത് കൃത്യവും ന്യായവുമാണ്.

അയാളാ കഥ അങ്ങനെതന്നെ നിർദാക്ഷിണ്യം കീറിക്കളഞ്ഞു. പതിനൊന്നു പേജുകളുണ്ടായിരുന്നു അതിന്. അയാളാദ്യം എഴുതിയുണ്ടാക്കിയ മറ്റൊരാൾക്ക് വായിക്കാൻ പ്രയാസമുള്ള പിറന്നപടിയുള്ള വാക്കുകളും ജീവിതവുമാണ് കീറിപ്പറിഞ്ഞത്. രണ്ട് ഫോട്ടോസ്റ്റാറ്റ് കോപ്പികൾ, പിന്നെ അയാളുടെ മനോഹരമായ കൈയക്ഷരത്തിലെഴുതിയ കോപ്പി. അതും കീറിക്കളഞ്ഞു. കൈയും കാലും വിരലും സകല അവയവങ്ങളും ചിതറിത്തെറിച്ച് കടലാസുകഷണങ്ങൾ മുറിക്കകത്ത് ചോരവറ്റി ചത്തു മലച്ച് കിടന്നു.

അയാളൊരു പാവം എഴുത്തുകാരനായിരുന്നു. ഒരുപാട് രാത്രികൾ ഉറക്കമിളച്ച് എന്തൊക്കെയോ എഴുതികൂട്ടിയെങ്കിലും അത്രയധികമൊന്നും പ്രസിദ്ധീകരിച്ചിരുന്നില്ല. ഏതെങ്കിലും രീതിയിൽ വായനക്കാരനെ തുണയ്ക്കും എന്നു തോന്നുന്നതേ അയാൾ പത്രാധിപന്മാർക്ക് അയച്ചുകൊടുത്തുള്ളു. ചിലപ്പോൾ അതും തിരിച്ചുവരും. അതിലൊന്നും അയാൾക്ക് സങ്കടമുണ്ടായിരുന്നില്ല. മനുഷ്യരെ സഹായിക്കുന്ന ഒന്നായിരിക്കണം എഴുത്ത് എന്നെപ്പോഴും അയാൾ വിചാരിച്ചിരുന്നു. പ്രസി

ഢീകരിച്ചതോ വളരെ കുറവുമായിരുന്നു. അത്രയൊന്നും അറിയപ്പെടാത്ത ഒരെഴുത്തുകാരനായാൽ മതി എന്നുതന്നെ അയാൾ സ്വയം വിശ്വസിച്ചിരുന്നു.

പാർട്ടിയുടെ ബ്രാഞ്ച് സെക്രട്ടറിയായിരുന്നു അയാൾ. എഴുത്തുകാരൻ ബ്രാഞ്ച് സെക്രട്ടറിയാവുന്നത്, അല്ലെങ്കിൽ ബ്രാഞ്ച് സെക്രട്ടറി എഴുത്തുകാരനാവുന്നത് ഒരു തെറ്റായ സന്ദേശവുമല്ല. എല്ലാ കമ്മ്യൂണിസ്റ്റുകാരും മനസ്സിന്റെ സർഗ്ഗാത്മകത ഒളിച്ചുവെക്കുന്നു. ചിലപ്പോൾ അത് പുറത്തെടുക്കുന്നു. അപ്പോൾ ലോകം അവനെ എഴുത്തുകാരൻ എന്നു വിളിക്കുന്നു.

ബ്രാഞ്ചിലെ ഒമ്പത് പൂർണമെമ്പർമാരും മൂന്ന് സ്ഥാനാർത്ഥി അംഗങ്ങളും അയാളെപ്പറ്റി അഭിമാനിച്ചിരുന്നു. അവർക്ക് പന്ത്രണ്ട് പേർക്കുമറിയാം, തങ്ങളുടെ ബ്രാഞ്ച് സെക്രട്ടറി നല്ല കഥപറച്ചിലുകാരനാണെന്ന്.

സത്യത്തിൽ കീറിക്കളഞ്ഞ ഈ കഥ ഒരു ബ്രാഞ്ച് സെക്രട്ടറിയുടെ പകലും രാത്രിയും ചിത്രീകരിക്കുന്ന കഥയാണ്. എന്നിട്ടും അയാളത് കീറിക്കളഞ്ഞത് എന്തിനാണ്? കഥാസംവാദങ്ങളിലൊന്നും പങ്കെടുത്തിട്ടില്ലെങ്കിലും എഴുത്തുകാരന് സത്യസന്ധത വേണമെന്ന് അയാൾ വിശ്വസിച്ചിരുന്നു. ഭാവനപോലും സത്യസന്ധമായിരിക്കണം. കളവു പറയുന്ന ഒരു വാക്കുപോലും അരുത്. ബ്രാഞ്ച് യോഗത്തിൽ പ്രവർത്തനറിപ്പോർട്ട് അവതരിപ്പിക്കുന്ന സെക്രട്ടറിയെപ്പോലെ സത്യസന്ധനായിരിക്കണം എഴുത്തുകാരൻ.

കീറിക്കളഞ്ഞ കഥ മാറ്റിയെഴുതണമെന്ന് അപ്പോൾത്തന്നെ അയാൾക്കു തോന്നി. അങ്ങനെ തോന്നുന്ന ആ നിമിഷത്തിലാണ് കീറിപ്പറഞ്ഞ കടലാസുകഷണങ്ങൾക്ക് അയാൾ തീപ്പെട്ടിയുരച്ച് മുറ്റത്തെ അടുപ്പിൻകല്ലിനരികിൽനിന്ന് തീകൊടുത്തത്. അത് മാറ്റിയെഴുതാൻ അയാൾ മനസ്സിനെ പാകപ്പെടുത്തി. ചില വാക്കുകൾ മാറ്റിവയ്ക്കണം. അർത്ഥങ്ങൾക്ക് കൂടുതൽ വെളിച്ചം കിട്ടാൻ അത് നിർബന്ധമാണ്. ജീവിതത്തെക്കുറിച്ച് കളവ് പറയരുത്. അങ്ങനെയുള്ള സന്ദർഭങ്ങൾ മാറ്റണം. കഥയുടെ അവസാനം മാറുകതന്നെ വേണം. അല്ലെങ്കിൽ വായനക്കാരന്റെ മനസ്സിനെ തൊടില്ല. അയാളങ്ങനെ ഉദ്ദേശിച്ചില്ലെങ്കിലും അതൊരു കമ്മ്യൂണിസ്റ്റ് വിരുദ്ധകഥയായി മാറിയേക്കും. ഒരു കമ്മ്യൂണിസ്റ്റ് വിരുദ്ധ കഥ എഴുതുന്നതിലും നല്ലത് വിഷം കുടിക്കുന്നതാണ്.

കീറിക്കളഞ്ഞ കഥ തുടങ്ങുന്നത് ഒരു പാർട്ടി ബ്രാഞ്ച് യോഗത്തിൽ വച്ചുതന്നെയാണ്. താഴെ ഒരു അനാദിപ്പീടികയും ചായപ്പീടികയും. മര

ക്കോണി കയറിച്ചെന്നാൽ മുകളിൽ പാർട്ടി ബ്രാഞ്ച് ഓഫീസും. കമ്മ്യുണിസ്റ്റുകാർ മാത്രമുള്ള ഒരു ചെറിയ ദേശം. ഇരുപത്തേഴ് വീടുകളാണ് പാർട്ടിബ്രാഞ്ചിൽ. ഒരു കോൺഗ്രസ്സുകാരന്റെ വീടുണ്ട്. കോൺഗ്രസ്സുകാരനും കുടുംബവും പാർട്ടിക്കാരുമായി നല്ല ബന്ധംതന്നെയാണ്. വോട്ടു ചെയ്യുമ്പോൾ മാത്രമേ അവർ കോൺഗ്രസ്സാവുന്നുള്ളൂ. ആ വീട്ടിലെ രണ്ടാമത്തെ ചെക്കൻ പാർട്ടി ബ്രാഞ്ച് ഓഫീസിൽ പ്രവർത്തിക്കുന്ന റെഡ് യങ്സിൽ കാരംസ് കളിക്കാൻ വരാറുണ്ട്.

മെമ്പർഷിപ്പ് സ്ക്രൂട്ടിനി ഫോറത്തിലെ ക്രമമനുസരിച്ച് ഒമ്പത് പൂർണ മെമ്പർമാർ സി.രവീന്ദ്രൻമാസ്റ്റർ, പി.കെ. അച്യുതൻ, സി.പി.രാഘവൻ, കെ.രാമകൃഷ്ണൻ, സി.എം.രവീന്ദ്രൻ, എ.സുശീല, എൻ പ്രമോദൻ, ആർ.അനിരുദ്ധൻ, വിവേക് രവി. അവസാനത്തെ പേര് പത്താമത് അയാളുടേതും. കാൻഡിഡേറ്റ് മെമ്പർമാർ വി.കെ.പ്രീത, സ്വപ്നേഷ് ടി, പി.വി അബ്ദുൾ മജീദ് എന്നിവരുമാണ്.

സുശീലയും സ്വപ്നേഷും കഥ തുടങ്ങുന്ന യോഗത്തിൽ വന്നിട്ടില്ല. സുശീല വിളിച്ചുപറഞ്ഞിരുന്നു, മോളും ഭർത്താവും വന്നിട്ടുണ്ട്. ആ കാരണം ബ്രാഞ്ചിന് ബോധ്യപ്പെടുന്നതാണ്. സ്വപ്നേഷ് ഒന്നും പറഞ്ഞിട്ടില്ല. അതൊരു പാർട്ടി അംഗത്തിന് യോജിച്ച രീതിയല്ല. പല പ്രാവശ്യം പറഞ്ഞതാണ്. സ്വപ്നേഷ് അത് ഗൗരവത്തിൽ എടുത്തിട്ടില്ല. സ്വാഗതം പറയുമ്പോൾ ബ്രാഞ്ച് സെക്രട്ടറി അത് പ്രത്യേകം ഊന്നിപ്പറഞ്ഞു. പാർട്ടിയാണ് വലുത് എന്ന ബോധ്യത്തിലെത്തുന്ന പാർട്ടി അംഗത്തിന് ഈ ഒരു പിശക് പറ്റില്ലെന്ന് ബ്രാഞ്ച് സെക്രട്ടറി പറഞ്ഞുനിർത്തിയപ്പോൾ പാർട്ടി അംഗങ്ങളുടെ മുഖത്തെല്ലാം നേർത്ത ഗൗരവത്തിന്റെ ചുകപ്പ് പകർന്ന പതാക പാറി.

(പാർട്ടിക്കുള്ളിൽ മാത്രം പറയുന്ന ഒരു രഹസ്യംപോലെ കഥക്കുള്ളിലെ ഒരു രഹസ്യം പറയാം. ബ്രാഞ്ച് സെക്രട്ടറിയ കൂടിയായ എഴുത്തുകാരൻ എഴുതിയ കഥയിൽ പാർട്ടി മെമ്പർമാരുടെ പേരുകൾ എഴുതിച്ചേർക്കാൻ മണിക്കൂറുകളെടുത്തു. എഴുതുമ്പോൾ മുമ്പിൽ വരുന്നത് യഥാർത്ഥ പാർട്ടിമെമ്പർമാരുടെ പേരുകൾ തന്നെയായിരുന്നു. കഥാപാത്രത്തിന് പേരുകൾ നൽകൽ പ്രയാസം നിറഞ്ഞ പണിയാണെന്ന് ഈ ചെറിയ എഴുത്തുകാരനും മനസ്സിലാക്കിയത് ആ പകലിലാണ്. കഥയിലെ ബ്രാഞ്ച് സെക്രട്ടറിയുടെ പേര് പുതുതായി ഒന്നു കണ്ടെത്താൻ അയാൾക്ക് കഴിഞ്ഞതേയില്ല. അവസാനം കഥയിലുടനീളം ബ്രാഞ്ച് സെക്രട്ടറി എന്നുപയോഗിക്കാൻ എഴുത്തുകാരൻ തീരുമാനിക്കുകയായിരുന്നു).

സി.രവീന്ദ്രൻമാസ്റ്ററായിരുന്നു അധ്യക്ഷൻ. പാർട്ടി ലോക്കൽ കമ്മിറ്റി അംഗം കെ.പി.പവിത്രൻ യോഗത്തിൽ പങ്കെടുക്കുന്നുണ്ട്. രവീന്ദ്രൻമാഷ് അജണ്ട വായിച്ചു. സ്വാഗതം, അധ്യക്ഷൻ, റിപ്പോർട്ടിംഗ്, മേൽക്കമ്മിറ്റി തീരുമാനങ്ങൾ, പാർട്ടിസംഘടന, ഭാവി പ്രവർത്തനങ്ങൾ, മറ്റുകാര്യങ്ങൾ. അജണ്ട വായിച്ചുകഴിയുമ്പോൾ വിവേക് രവിയാണ് പറഞ്ഞത്, അനുശോചനമുണ്ട്. നാടകകലാകാരി വി.കെ.സൗമിനി കഴിഞ്ഞ ലോകസഭാതെരഞ്ഞെടുപ്പിലും തെരുവുനാടകം കളിക്കാൻ അവർ വന്നു. പത്രത്തിൽ വാർത്തയുണ്ട്. യോഗം മൗനത്തിൽ ചെറിയ സമയം മുന്നേറി.

സ്വന്തം താല്പര്യങ്ങൾക്ക് ഉപരി പാർട്ടി താല്പര്യങ്ങൾക്ക് സ്ഥാനം നൽകുക എന്ന പാർട്ടി ഭരണഘടനയിലെ വകുപ്പ് പതിനൊന്നിൽ പാർട്ടി അംഗങ്ങളുടെ ചുമതലകൾ. ഈ ഖണ്ഡിക ഉദ്ധരിച്ചുകൊണ്ടാണ് ബ്രാഞ്ച് സെക്രട്ടറി റിപ്പോർട്ടിംഗ് അവസാനിപ്പിച്ചത്. കീറിക്കളഞ്ഞ കഥയേക്കാൾ സത്യസന്ധമായിരുന്നു റിപ്പോർട്ടിംഗ്. നോട്ട് നിരോധനത്തിന്റെ പ്രതിഷേധ പ്രകടനത്തിന് പോകാത്തതിന് സ്വപ്നേഷിനെ വീണ്ടും വിമർശിച്ചു. സ്വപ്നേഷിന്റെ വിശദീകരണം അഴകൊഴമ്പനാണെന്ന് ബ്രാഞ്ച് സെക്രട്ടറി എടുത്തുപറഞ്ഞു. കീറിക്കളഞ്ഞ കഥയിൽ റിപ്പോർട്ടിംഗ് അധികമായിരുന്നു. പുതിയ കഥയിൽ കുറച്ചുകളയാം. അതാണ് സൗന്ദര്യം.

റിപ്പോർട്ടിംഗിന്റെ ചർച്ചയ്ക്കുവേണ്ടി പാർട്ടി അംഗങ്ങളെ ക്ഷണിക്കുന്നതിന് അധ്യക്ഷൻ എഴുന്നേറ്റ്നിൽക്കാൻ തുടങ്ങവെ, ക്ലബ്ബ് കെട്ടിടം കുലുക്കിക്കൊണ്ട് ഒരൊച്ച കേട്ടു. യോഗം സ്തംഭിച്ചു. എല്ലാവരും ഒന്ന് കുലുങ്ങി ചലനമറ്റുനിന്നു. തൊട്ടടുത്ത് ആരോ എവിടെയോ ബോംബെറിഞ്ഞിട്ടുണ്ട്.

കീറിക്കളഞ്ഞ കഥയിൽ ബ്രാഞ്ച് സെക്രട്ടറിക്ക് ഈ സന്ദർഭത്തിലാണ് ഫോൺ വരുന്നത്. മൊബൈൽ ചെവിയോട് ചേർത്ത് വരാന്തയിലേക്ക് നടന്നു താഴെ റോഡിലേക്കു നോക്കി അയാൾ കേട്ടു.

"വിജേഷാണ് വിളിച്ചത്. നാടക റിഹേഴ്സൽ നടക്കുന്ന സ്ഥലത്തുനിന്ന്. അവിടെ ആരോ ബോംബെറിഞ്ഞിട്ടുണ്ട്. യോഗം ഇവിടെനിർത്താം. നമുക്കങ്ങോട്ടു പോകാം."

"പുതിയ കഥയിലും അങ്ങനെതന്നെ. നമുക്കങ്ങോട്ടു പോകാം."

വിജേഷും സംഘവും അജയന്റെ വീട്ടിൽവച്ച് നാടകറിഹേഴ്സൽ നടത്തുകയാണ്. കഴിഞ്ഞ തിങ്കളാഴ്ചയാണ് തുടങ്ങിയത്. 'നവഖാലി' എന്നാണ് നാടകത്തിന്റെ പേര്. ഗാന്ധിയും ഗോഡ്സെയും കഥാപാത്രങ്ങളാണ്.

അജയൻ നല്ല സഹൃദയനാണ്. നല്ല കൃഷിക്കാരനാണ്.പാർട്ടി അനുഭാവിയാണ്. പാർട്ടി അംഗത്തോളം തന്നെ പാർട്ടി കാര്യങ്ങളിൽ താല്പര്യമുള്ള ആൾ. ഒരു നല്ല കമ്മ്യൂണിസ്റ്റുകാരനാണ് അജയനെന്ന് ബ്രാഞ്ച് സെക്രട്ടറിയുടെ സർട്ടിഫിക്കറ്റുണ്ട്.

പാർട്ടി അംഗത്വത്തിലേക്ക് കൊണ്ടുവരാനുള്ള ബ്രാഞ്ച് സെക്രട്ടറിയുടെ ശ്രമം പാളിപ്പോയി. അതിന് സഖാവ് അജയന്റെ മറുപടി ഇങ്ങനെ.

“നിങ്ങൾ എന്നെ അനുഭാവി ഗ്രൂപ്പിലിടും. പിന്നെ കാൻഡിഡേറ്റ് മെമ്പറാക്കും. പിന്നെ പൂർണമെമ്പറാക്കും. ഞാൻ എന്തെങ്കിലും കുഴപ്പം കാണിച്ചാൽ നിങ്ങളെന്നെ പുറത്താക്കും. അതുവേണ്ട. പാർട്ടിയിൽ നിന്ന് പുറത്താക്കുന്നത് എനിക്ക് സഹിക്കാനാവില്ല. അകത്തുവന്നാലല്ലേ പുറത്താക്കാൻ പറ്റൂ.”

അജയന്റെ ചിരിച്ചുകൊണ്ടുള്ള വിശദീകരണം. അനുഭാവി ഗ്രൂപ്പ് ഫോറത്തിൽ ഒപ്പിടാൻ പോയ, ചിരിക്കാനറിയാത്ത പി.കെ.അച്യുതൻവരെ ഉള്ളിൽ ചിരിയടക്കി. അത് അതോടെ അവസാനിച്ചു.

റെഡ് യങ്സിന്റെ ‘നവഖാലി’യുടെ റിഹേഴ്സൽ അജയന്റെ വീട്ടിലാണ്. ചായയും ഉച്ചഭക്ഷണവും മിക്കപ്പോഴും രാത്രിഭക്ഷണവും അജയന്റെ വീട്ടിൽനിന്നുതന്നെ. വിജേഷിന്റെ രചന. വിജേഷിന്റെതന്നെ സംവിധാനവും.

ഒരു കുതിപ്പിനെന്നപോലെ എല്ലാവരും അജയന്റെ വീടിനുമുന്നിലെത്തി. സോഹിതിനാണ് പരിക്ക്. നാടകത്തിലെ ഗാന്ധിയാണ് സോഹിത്. ബൈക്കിൽവന്ന് റിഹേഴ്സൽ മുറ്റത്തേക്ക് ബോംബെറിഞ്ഞ് അവർ കടന്നുകളഞ്ഞു. മങ്ങിയ വെളിച്ചം. ആരെയും തിരിച്ചറിഞ്ഞില്ല.

ഓട്ടോ വരുത്തി, സോഹിതിനെയും കൊണ്ട് എ.കെ.ജി ആശുപത്രിയിലേക്ക് പാഞ്ഞു. ബ്രാഞ്ച് സെക്രട്ടറിയും വിജേഷും കൂടെപ്പോയി. കൈക്കാണ് ബോംബിന്റെ ചീള് തെറിച്ചത്. ചെറിയ മുറിവ്.

ഡോക്ടറെ കണ്ടു. ചെറിയ പ്ലാസ്റ്ററിങ്. എന്നാലും രാവിലെ പോയാൽ മതിയെന്നു ഡോക്ടർ പറഞ്ഞു.

വിജേഷ് മടങ്ങിപ്പോയി. പോകുമ്പോൾ ബ്രാഞ്ച് സെക്രട്ടറി പ്രത്യേകം പറഞ്ഞു. കീറിയ കഥയിൽ അതില്ല. മനസ്സിൽ പറഞ്ഞതിങ്ങനെ: ഇരുട്ടിനെ ഇരുട്ടുകൊണ്ടല്ല വെളിച്ചംകൊണ്ട് നേരിടണം. പുറത്ത് പരിഭാഷപ്പെടുത്തിയതിങ്ങനെ. ‘ഒരു കുരുത്തക്കേടും കാണിക്കരുത്. എല്ലാവരോടും അങ്ങനെ ഞാൻ പറഞ്ഞെന്നു പറയണം.’

രാത്രി സോഹിതിന്റെ കൂടെ ബ്രാഞ്ച് സെക്രട്ടറി ആശുപത്രിയിൽ

നിന്നു. സോഹിതിന് ചെറിയ വേദനയുണ്ട്. ഉറക്കം കിട്ടുന്നില്ല. ബ്രാഞ്ച് സെക്രട്ടറിക്കും ഉറക്കം കിട്ടുന്നില്ല. ഒരു കഥ മനസ്സിൽ വരുന്നുണ്ട്. ആശുപത്രിക്കഥ. അതുവേണ്ട. ഇത് കഥയുടെ നേരമല്ല.

അയാൾ രവീന്ദ്രൻമാഷെ വിളിച്ചു.

"സമാധാനമുള്ള നാടാണ് നമ്മുടേത്. ഗാന്ധിയാ നമ്മുടെ നാടകം. അതും മറക്കരുത്."

എല്ലാവരും അജയന്റെ വീട്ടിലുണ്ട്. പ്രതിഷേധപ്രകടനം നടത്തിയിരുന്നു. ബ്രാഞ്ച് സെക്രട്ടറി വീണ്ടും വിളിച്ചു. കീറിയ കഥയിൽ രണ്ടാമത്തെ വിളിയില്ല. "നാളെ സോഹിത് ഡിസ്ചാർജ്ജാവും. നാളെത്തന്നെ റിഹേഴ്സൽ തുടങ്ങണം."

ഡിസ്ചാർജ്ജ് ചെയ്ത് വരുമ്പോൾ ഉച്ചയായി. അജയന്റെ വീട്ടിൽ പോകണമെന്ന് വിചാരിച്ച് കുളിച്ച്, കുളിമുറിയിൽനിന്നും അടുക്കളവഴി വരുമ്പോഴാണ് രമ പറഞ്ഞത്. രമ: ഭാര്യ-കീറിയ കഥയിലില്ല. കഥയുടെ ഗതി മാറ്റാൻ അവൾ അടുക്കളയിൽനിന്നും ഇങ്ങനെ പറഞ്ഞു,

"സംഗീത് വന്നിട്ടില്ല."

അയാളൊന്നു നിന്നു. ആ നിമിഷം ബ്രാഞ്ച് സെക്രട്ടറി ഒളിവിൽ പോയി. അയാൾ അച്ഛനായി. മനസ്സ് പിടഞ്ഞു. താങ്ങാനാവാത്ത കനമുള്ള പൊള്ളുന്ന ഒന്ന് നെഞ്ചിലേക്ക് ആഞ്ഞുവീണു. അത് പൊട്ടിച്ചിതറി. ചില്ലുകഷണങ്ങൾ തറച്ചതുപോലെ കടുത്ത വേദന. അരങ്ങിൽ വെളിച്ചം പ്രതീക്ഷിക്കാത്ത നേരത്ത് മങ്ങുന്നു.

"ഇന്നലെ പ്രതിഷേധപ്രകടനത്തിൽ അവനുണ്ടായിരുന്നില്ലേ? ഉണ്ടായിരുന്നു എന്ന അർത്ഥത്തിൽ രമ തലയാട്ടി. അയാൾ 'ചോറെടുക്ക്' എന്നു പറഞ്ഞുകൊണ്ട് ഗൗരവത്തിൽ ബ്രാഞ്ച് സെക്രട്ടറിയായി.

അരങ്ങുമാറി, അയാൾ അച്ഛനായി. ചെറിയ ചിരിയിൽ അച്ഛൻ പറഞ്ഞു, "അവൻ വന്നോളും. നീ ബേജാറാകണ്ട. അവനിവിടെ എവിടെയെങ്കിലും ഉണ്ടാകും."

കീറിക്കളഞ്ഞ കഥയിൽ മറ്റൊരു കാര്യം കൂടിയുണ്ട്. നാടകത്തിൽ സംഗീതിനെ അഭിനയിപ്പിക്കാൻ ബ്രാഞ്ച് സെക്രട്ടറി ഒരു ചെറിയ ശ്രമം നടത്തിയിരുന്നു. സംഗീതിന് ഒരു കഥാപാത്രമുണ്ടോ എന്നു വിജേഷിനോട് ചോദിച്ചിരുന്നു. സംഗീത് വരുന്നത് വിജേഷിന് സന്തോഷവുമായിരുന്നു.

വിജേഷ് ഒരിക്കൽ സംഗീതിന്റെ ബൈക്ക് തടഞ്ഞുനിർത്തി, നാടകത്തിന്റെ കഥ പറഞ്ഞു. കഥാപാത്രങ്ങളുടെ സവിശേഷതകൾ പറഞ്ഞു. നവഖാലിയെക്കുറിച്ച് പറഞ്ഞു. ഗോഡ്സെ ഒരു നടനു വെല്ലുവിളിയാ

കുന്ന കഥാപാത്രമാണെന്ന് പറഞ്ഞു.

ഇരുണ്ടുകിടക്കുന്ന ആകാശത്തിനും ഭൂമിക്കുമിടയിൽ വെളിച്ചം കത്തിനിൽക്കുന്ന ഒരു ദ്വീപ്. മൂന്നുഭാഗങ്ങളും വർണ്ണത്തുണികളുടെ മഹോത്സവം. ഇരുട്ടിൽ ജനങ്ങളുടെ കടൽ. അരങ്ങിൽ കണ്ണുതുറന്നുകിടക്കുന്ന ഒരു ചെറിയ തോക്ക്.

സംഗീത് ഒറ്റവാചകത്തിൽ തീർത്തു. “ഗോഡ്സെയോ? ഞാനില്ല.”

ഇതുകേട്ടപ്പോൾ ബ്രാഞ്ച് സെക്രട്ടറിക്ക് സംഗീതിനെക്കുറിച്ച് അഭിമാനം തോന്നി.

ബൈക്കിന്റെ കുതിപ്പിന്റെ സംഗീതത്തിനുമുകളിൽ തിരശ്ശീല വീണു. സംഗീത് എങ്ങോട്ടാണ് പോയതെന്നും പഴയ കഥയിലില്ല.

മാറ്റിയെഴുതുന്ന കഥയിൽ എങ്ങനെയാണ് കഥയെ മുന്നോട്ടുകൊണ്ടുപോകുക? അക്ഷരങ്ങളും ഭയന്നുതുടങ്ങിയിരിക്കുന്നു. വാക്കുകൾ സുരക്ഷിതകേന്ദ്രങ്ങളിൽ അപ്രത്യക്ഷമായിരിക്കുന്നു. വാക്കുകളുടെ ഒളിവുജീവിതം. ഇടവഴികളും വയൽവരമ്പുകളും പുഴയോരങ്ങളും കടന്നു ചെറിയ കുറ്റിക്കാടുകൾക്കിടയിലെ മണ്ണിനോടമർന്നു കിടക്കുന്ന പുരകളിലെ, ചിമ്മിണിവെളിച്ചം കത്തുമ്പോളും മൂലകളിൽ കിടന്ന ഇരുട്ട് കറുത്ത പല്ലുകൾകൊണ്ട് ചിരിക്കുന്ന നീളവും വീതിയുമില്ലാത്ത മുറികളിൽ വാക്കുകളുടെ അണ്ടർഗ്രൗണ്ട് ജീവിതം. വെളിച്ചത്തിൽ ഒന്നിനെയും കാണാനാവുന്നില്ല, കഥ തുടരാനാവില്ല.

അസാധാരണമായ ഒരു വഴിത്തിരിവുപോലെ ഒരു പുസ്തകം അയാളുടെ മുന്നിൽ വന്നുനിന്നു.

സാധാരണ പതിവാണത്. പ്രതിസന്ധി ഘട്ടങ്ങളിൽ ഒരാഹ്ലാദം പോലെ അയാൾ ആ പുസ്തകത്തെ ഓർമ്മിക്കും. ‘എങ്ങനെ നല്ല കമ്മ്യൂണിസ്റ്റാകാം’, ലൂഷാവ്ചിയുടെ പുസ്തകം ഇ.എം.എസിന്റെ അവതാരിക. ഒരു നല്ല സഖാവിനെപ്പോലെ ബ്രാഞ്ച് സെക്രട്ടറിയോട് പുസ്തകം സംസാരിക്കും. പരുപരുത്ത സ്നേഹത്തിന്റെ ചെങ്കോട്ടയാണിത്. സൗമ്യമായി ചെവിയിൽ പറയും, ‘സാരംല്യ’.

മാറ്റി എഴുതുന്ന കഥയിൽ പുസ്തകം പെട്ടെന്നയാളുടെ കൈയിലെത്തി. മേശപ്പുറത്തുതന്നെ അതുണ്ടായിരുന്നു. ‘എങ്ങനെ നല്ല കമ്മ്യൂണിസ്റ്റാകാം’ പേജ് നമ്പർ 61 അയാൾ ഓർമ്മിച്ചെടുത്തു.

‘ഒരു ചൈനീസ് പഴഞ്ചൊല്ലിൽ പറയുന്നതുപോലെ മറ്റെല്ലാ മനുഷ്യരും ദുഃഖിക്കാൻ തുടങ്ങുന്നതിനു വളരെ മുമ്പുതന്നെ അയാൾ ദുഃഖിക്കുകയും മറ്റെല്ലാ മനുഷ്യരും സന്തുഷ്ടരായതിനുശേഷം അയാ ൾ സന്തോഷിക്കുകയും ചെയ്യും. പാർട്ടിക്കകത്തും ബഹുജനങ്ങൾക്കിട

യിലും ക്ലേശങ്ങളും കഷ്ടപ്പാടുകളും അനുഭവിക്കുന്നതിന് അയാൾ ഒന്നാമനും സുഖാനുഭവത്തിന് ഒടുവിലത്തെ ആളുമായിരിക്കും. തന്റെ നില നല്ലതോ ചീത്തയോ എന്നയാൾ ഒരിക്കലും കണക്കാക്കുകയില്ല. എന്നാൽ താൻ, മറ്റുള്ളവരെക്കാൾ കൂടുതൽ വിപ്ലവപ്രവർത്തനം ചെയ്തിട്ടുണ്ടോയെന്നും കഠിനതരമായി പടവെട്ടിയിട്ടുണ്ടോ എന്നും അയാൾ എപ്പോഴും ശ്രദ്ധിക്കും. കഷ്ടതകൾ നേരിടുന്ന കാലഘട്ടത്തിൽ അയാൾ ധീരതയോടെ പതറാതെയും ഉറച്ചുനിൽക്കുകയും പ്രതിബന്ധങ്ങൾ വന്നു മുട്ടുമ്പോൾ മഹത്തായ ചുമതലാബോധം പ്രകടിപ്പിക്കുകയും ചെയ്യും."

പ്രതിഷേധ ജാഥയ്ക്ക് മുന്നിൽ നിൽക്കേണ്ട ഒരാളെ പരതുംപോലെ ബ്രാഞ്ച് സെക്രട്ടറി വാക്കുകളെ പരതി. വാക്കുകളുടെ റാലിയാണത്. ശരീരവും മനസ്സും തൊട്ടുതൊട്ടു ചൂടു പകരുന്ന റാലി. വായിച്ചുതീർത്തപ്പോൾ അയാൾക്ക് ആശ്വാസം തോന്നി.

തുറന്നുവെച്ച പുസ്തകം. മുളകിട്ട അയിലക്കറി ചോറിൽ കൂട്ടിക്കുഴച്ച്, ചോറ് ഒരു ചുകന്ന ഗ്രാമമായി. നല്ല എരിവുണ്ട്. എരിവിനൊരു സുഖമുണ്ട്. ആഞ്ഞുവലിച്ച് ചോറ് തിന്ന് ബ്രാഞ്ച് സെക്രട്ടറി ഇറങ്ങിനടന്നു.

നാടകം തുടരണം. റിഹേഴ്സൽ പൂർത്തിയാക്കണം. കടല കൊറിച്ചുകൊണ്ട് ഗോഡ്സെ വരണം. അരങ്ങിന്റെ അവസാനത്തെ ശബ്ദമായി ഹേ റാം ഉയരണം. ഹിംസയെ സർഗ്ഗാത്മകമായ അഹിംസകൊണ്ട് പ്രതിരോധിക്കണം.

അജയന്റെ വീട്ടുമുറ്റത്ത് എല്ലാവരുമുണ്ട്. പ്രയാസപ്പെട്ടാണെങ്കിലും സോഹിത് വന്നിട്ടുണ്ട്. കാലിനു വേദനയുണ്ടെങ്കിലും, ശരീരത്തിനു തളർച്ചയുണ്ടെങ്കിലും മഹാത്മാവിന്റെ വേഗത അവൻ നടത്തത്തിലുപേക്ഷിച്ചിട്ടില്ല. കണ്ണുകളിലെ കാരുണ്യവും അങ്ങിനെത്തന്നെയുണ്ട്. ഇന്ത്യയുടെ ഇങ്ങേമൂലയിൽ അങ്ങനെയൊരു കഥാപാത്രമാകാൻ അവന് സവിശേഷമായ വിധിയുണ്ട്. അവന്റെ സത്യാന്വേഷണ പരീക്ഷണ കഥ ആരംഭിക്കുന്നതേയുള്ളു.

പക്ഷേ, നന്ദിത് ഇനിയും വന്നിട്ടില്ല. അവനാണ് ഗോഡ്സെ. ബോംബേറിനെത്തുടർന്ന് അവന്റെ മനസ്സ് ഉടഞ്ഞുപോയിരുന്നു. മഹാത്മാഗാന്ധിക്ക് നേരെയാണല്ലോ അവരെറിഞ്ഞത്. ഗോഡ്സെയായി അഭിനയിച്ച എനിക്കുനേരെ ആയിരുന്നെങ്കിൽ വിഷമമില്ലായിരുന്നു എന്നാണ് ആ ശുദ്ധ മനസ്സ് വിജേഷിനോട് പറഞ്ഞത്. കീറിയെറിഞ്ഞ കഥയിൽ ഇല്ലായിരുന്ന വഴിത്തിരിവ് പുതിയ കഥയിലുണ്ട്. നന്ദിത് ഗോഡ്സെ യായി അഭിനയിക്കില്ല.

'അപമാനമാണിത്, ഞാനില്ല' എന്നാണവൻ പറഞ്ഞത്. എന്നിട്ട് തന്നെപ്പോലെ ഉള്ള ഒരാൾ പറയാനിടയില്ലാത്ത, എന്നാൽ സ്വാഭാവികമായി വന്നുവീണ വാക്കുകൾ അവൻ പതിഞ്ഞ ഒച്ചയിൽ വിജേഷിനോട് പറഞ്ഞു.

"നമ്മളെല്ലാം ചെറിയ മനുഷ്യരാണ്. സത്യാന്വേഷണ പരീക്ഷണങ്ങൾ നമ്മുടെ ജീവിതത്തിലുമുണ്ട്. അങ്ങനെയൊരു സന്ദർഭമാണിത്. അതുകൊണ്ട് ആ കഥാപാത്രമാകാൻ ഞാനില്ല. മറ്റേതു കഥാപാത്രവുമാകാം."

"ഗോഡ്സെയാകാൻ ഞാനില്ല."

ഇത് ഞാൻതന്നെ പറയുന്നതാണോ എന്ന് നന്ദിത് സ്വയം അത്ഭുതപ്പെട്ടു. നാടകസംഘം പ്രതിസന്ധിയിലായി. മികച്ച നടനാണ് നന്ദിത്. നന്ദിത് ഗോഡ്സെയായി അരങ്ങിലെത്തുമ്പോഴാണ് ഗാന്ധിജിയുടെ മഹത്തായ ഔന്നത്യം പ്രേക്ഷകന്റെ കാഴ്ചക്കപ്പുറത്തുള്ള വിശുദ്ധിയുടെ ഉയരങ്ങളിലേക്കെത്തുന്നത്.

ബ്രാഞ്ച് സെക്രട്ടറി നന്ദിതിനെക്കണ്ട് സംസാരിക്കണമെന്ന് - അജയനാണ് പറഞ്ഞത്. "അത് വേണ്ട. അതവന്റെ ഒരു നിലപാടാണ്. അതിനെ നമ്മൾ ബഹുമാനിക്കണം. നാടകസംഘത്തിന് അത് മനസ്സിലായി. എന്നാലും ഗോഡ്സെ ഇല്ലാതെ നാടകമോ? എന്ന ചോദ്യം പശ്ചാത്തല സംഗീതം പോലെ റിഹേഴ്സൽ മുറ്റത്ത് ഉയരുന്നുണ്ട്.

കീറിയെറിഞ്ഞ കഥയിൽനിന്ന് വല്ലാതെ മാറിപ്പോകുകയാണ് ഇപ്പോൾ. സംഗീതിനെ വിളിക്കണമെന്ന് ബ്രാഞ്ച് സെക്രട്ടറിക്ക് അപ്പോൾ തോന്നി. കീറിക്കളഞ്ഞ കഥയിൽ അവൻ അച്ഛന്റെ സാധാരണ മകൻ മാത്രമായിരുന്നു. ഇനിയങ്ങോട്ട് അവനും ഈ അരങ്ങിൽ വേണം. വെളിച്ചത്തിൽ കളിക്കണം.

ഈ ചെറിയ ദേശത്തിലെ അസാധാരണമായ ചരിത്രസംഭവമാണിത്. അപ്പോൾ അവൻ, സംഗീത് ദൂരെനിന്ന് ഒരു കാഴ്ചക്കാരനായിക്കൂടാ. കുട്ടികളൊന്നും പ്രേക്ഷകരമായി മാറിക്കൂടാ. അവരും അരങ്ങിലെത്തണം. വെളിച്ചത്തിലും സംഗീതത്തിലും തുഴയണം."

'നീ എവിടെയാ' എന്നു ചോദിച്ചപ്പോൾ, ഞാൻ വീട്ടിലുണ്ട് എന്നവൻ പറഞ്ഞപ്പോൾ അയാൾക്ക് സന്തോഷമായി.

"നീ ഇങ്ങുവാ, റിഹേഴ്സൽ ക്യാമ്പിലേക്ക്."

വെളിച്ചം കണ്ണുചിമ്മി ഉണരുന്ന വേഗതയിൽ സംഗീതെത്തി. റിഹേഴ്സൽമുറ്റത്തിനപ്പുറത്തെ ഇടവഴിയിൽ അവന്റെ ബൈക്കിന്റെ ഒച്ച കേട്ടു. ബ്രാഞ്ച് സെക്രട്ടറി റിഹേഴ്സൽ മുറ്റത്തെ വെളിച്ചത്തിലേക്ക് നോക്കി

പുഞ്ചിരിച്ചു. അവരുടെ കണ്ണുകൾ മാത്രം സംസാരിച്ചു. മൗനത്തിന്റെ നാടകം. അവൻ അച്ഛന്റെ തൊട്ടടുത്തു വന്നുനിന്നു. അങ്ങനെ നിൽക്കുന്നതിൽ വിശദീകരിക്കാനാവാത്ത അഭിമാനം അവന്റെ മുഖത്തു കണ്ടു.

'സംഗീത് അഭിനയിക്കും.'

സംഗീതിന്റെ മുഖത്തു നോക്കി ബ്രാഞ്ച് സെക്രട്ടറി അരങ്ങ് മുഴുവൻ കേൾക്കുന്ന ഒച്ചയിൽ പറഞ്ഞു.

മാറ്റിയെഴുതുന്ന കഥയിലെ നല്ല പരിണാമങ്ങൾ എഴുത്തുകാരനെ ആഹ്ലാദിപ്പിക്കുന്നുണ്ട്. വെടിയൊച്ച വന്നുവീണതുപോലെ. രംഗവാസികൾ മനസ്സിൽ ഹേ റാം പറഞ്ഞു. വിജേഷ് സംഗീതിന്റെ കൈ പിടിച്ചു. വീട്ടുമുറ്റത്തെ ചെമ്പരത്തിക്കാടുകൾക്കപ്പുറത്ത് പോയി മറഞ്ഞുനിന്നു. അവർ പറഞ്ഞ ഡയലോഗുകളൊന്നും ആരും കേട്ടില്ല. നാടകത്തിലെ സ്വകാര്യംപോലെ ഒന്ന്, അവർ തിരിച്ചുവന്നു. കീറിപ്പറഞ്ഞ കഥയിൽ ഇല്ലാത്ത ഒരു സന്ദർഭം റിഹേഴ്സൽ മുറ്റത്ത് വിജേഷ് ഉച്ചത്തിൽ പറഞ്ഞു.

"നന്ദിതും സംഗീതും അഭിനയിക്കും. നാടകത്തിൽ ഒരു വലിയ മാറ്റം. ഗോഡ്സെ നാടകത്തിലില്ല. ആ കഥാപാത്രം അരങ്ങിൽ വരില്ല. നമുക്ക് ഈ അരങ്ങിനെ അശുദ്ധമാക്കരുത്. നന്ദിതും സംഗീതും പറഞ്ഞതുപോലെ ആ കഥാപാത്രം നമുക്കു വേണ്ട."

നാടകാവസാനം പോലെ ഒരു നീണ്ട കൈയടിയിൽ കഥ അവസാനിപ്പിക്കാമായിരുന്നു.

പക്ഷെ, അപ്പോഴാണ് ഒരു പുതിയ കഥാപാത്രം അരങ്ങിലെത്തുന്നത്. ഇടവഴി കയറി, ചെമ്പരത്തിക്കാടുകളെ തൊട്ട് റിഹേഴ്സൽ മുറ്റത്തേക്ക് ഒരു സ്ത്രീ വന്നു കിതച്ചുനിന്നത്, അരുന്ധതി. മണികണ്ഠന്റെ അമ്മ. സജീവന്റെ ഭാര്യ. റിഹേഴ്സൽ ക്യാമ്പിലേക്ക് ബോംബെറിഞ്ഞവരുടെ കൂട്ടത്തിൽ മണികണ്ഠനുണ്ടായിരുന്നു എന്ന് വിജേഷാണ് ബ്രാഞ്ച് സെക്രട്ടറിയോട് പറഞ്ഞത്. ആശുപത്രിയിൽ ഉറക്കമിളച്ച രാവിൽ ഇരുട്ടിൽ ഇടയ്ക്കിടെ ഒരു സ്ത്രീ വിങ്ങിവിങ്ങിക്കരയുന്നത് ബ്രാഞ്ച് സെക്രട്ടറി സത്യമായും കേട്ടിരുന്നു. ആ പാവം സ്ത്രീയുടെ മകനോ എന്നയാൾ ഉത്കണ്ഠപ്പെട്ടിരുന്നു.

"എന്താ അരുന്ധതീ?"

"മണികണ്ഠന്റെ അച്ഛന് പെട്ടെന്നെന്തോ ഒരു വേദനപോലെ, കരച്ചിലാ. ആകെ തളരുന്നതുപോലെ. നാടകം പഠിക്കുന്നടുക്ക നിങ്ങളുണ്ടാവൂന്ന് ഓറ് പറഞ്ഞു."

"നിങ്ങൾ റിഹേഴ്സൽ തുടങ്ങിക്കോ. ഞാൻ സജീവനെയും കൂട്ടി

പെട്ടെന്ന് ആശുപത്രിയിലേക്ക് പോകാം. അരുന്ധതീ, നമുക്ക് പെട്ടെന്നു തന്നെ പോകാം."

(ബ്രാഞ്ച് സെക്രട്ടറിയും അരുന്ധതിയും ധൃതിയിൽ പുറത്തേക്കു പോകുന്നു. അരങ്ങിൽ സംഗീതം നിറയുന്നു)

കഥ അവസാനിക്കുകയാണ്. കീറിക്കളഞ്ഞ കഥയ്ക്ക് അയാൾ 'ജലത്തിൽ മത്സ്യത്തെപ്പോലെ' എന്ന പേരാണിട്ടത്. അതൊരു നല്ല പേരുതന്നെ. പക്ഷെ, അതിലും നല്ല പേര് എഴുത്തുകാരന് ഇപ്പോൾ തോന്നി. കഥയുടെ ഒന്നാംപേജിന് മുകളിൽ അത്രയൊന്നും വലുതല്ലാത്ത അക്ഷരത്തിൽ എഴുത്തുകാരൻ കഥയുടെ പുതിയ പേരെഴുതി, 'ബ്രാഞ്ച് സെക്രട്ടറി'.

പേരിന്റെ നീളത്തിൽ മാത്രം അടിയിലൊരു വര വരച്ച് പുതിയ പേരു നോക്കി എഴുത്തുകാരൻ മന്ദഹസിച്ചു.

(ദേശാഭിമാനി വാരിക 2020 ഫിബ്രവരി 23)

പരിഭാഷ

"ഞാനും പോകും, ഭാഷകൾ പഠിക്കാൻ വേണ്ടത്ര സമയമുള്ളിട ത്തേക്ക്, എന്നിട്ട് എല്ലാ ഭാഷയിലും സ്നേഹിച്ച് കൊല്ലും."

- സച്ചിദാനന്ദൻ

നിങ്ങൾക്കിഷ്ടപ്പെട്ട കഥയേതാണ് എന്നു ചോദിച്ചാൽ ഹെൻട്രിച്ച് ബോളിന്റെ 'കുട്ടികൾ സാധാരണ പൗരന്മാർ കൂടിയാണ്' എന്ന കഥ യാണെന്നും അതിലെ ഇഷ്ടപ്പെട്ട വാക്യം പറയൂ എന്നാവശ്യപ്പെട്ടാൽ "നല്ലവനായ ദൈവമേ - ഹേ മനുഷ്യാ, അവളൊരു ചെറിയ കുട്ടിയല്ലേ. കുട്ടികൾ സാധാരണ പൗരന്മാരല്ലെന്നാണ് ഞാൻ കരുതുന്നത്" എന്ന വാക്യം പറയുമെന്നും വിചാരിക്കുമ്പോഴാണ് അമൽ അതു കേട്ടത്.

"നിന്നെ ഞാൻ കൊല്ലുമെടാ."

പൊളിഞ്ഞ ബസ്സ്റ്റോപ്പിൽനിന്നാണ് ശബ്ദം.

അമൽ തിരിഞ്ഞുനോക്കി, "നിന്നോട് തന്നെയാ പറഞ്ഞത്."

അമൽ അവന്റെ മുഖത്തേക്കുതന്നെ തുറിച്ചുനോക്കി.

"ഇപ്പളല്ല, കുറച്ചുദിവസം കൂടി നിനക്ക് ഭൂമിയിൽ ബാക്കിയുണ്ട്."

ഭൂമിയുടെ മുകളിൽനിന്ന് ആരോ വിളിച്ചുപറയുന്നതുപോലെ. അതോ ഭൂമിയുടെ അടിത്തട്ടിൽനിന്നോ?"

റോഡിൽനിന്ന് വീട്ടിലേക്ക് തിരിയുന്ന സ്ഥലത്ത് ഒരു ബസ് സ്റ്റോപ്പു ണ്ട്. ഇപ്പോൾ അവിടെ ബസ്സ് നിർത്താറില്ല. വൈകുന്നേരം ചെറുപ്പക്കാർ വന്നിരുന്ന് ആനന്ദം കണ്ടെത്തുന്ന സ്ഥലം. ഇടിഞ്ഞുപൊളിഞ്ഞ ബസ്റ്റോ പ്പിന്റെ ചരിഞ്ഞ ബെഞ്ചിലിരുന്നാണ് പ്രശാന്തേട്ടൻ സത്യമായും അമലി നോട് ഇങ്ങനെ തന്നെ വിളിച്ചുപറഞ്ഞത്. അപ്പോൾ അമലിന്റെ കൈയിൽ 'തുറന്ന ജാലകം' എന്നു പേരിട്ട ലോകകഥകളുടെ സമാഹാരപുസ്ത കമുണ്ടായിരുന്നു.

ഒട്ടും തമാശകൾ നിറഞ്ഞ ഒന്നല്ല അത്. വെറും പേടിപ്പിക്കലുമല്ല, അമലിനെക്കാൾ അഞ്ചാറ് വയസ്സ് കൂടുതലുണ്ട് പ്രശാന്തേട്ടന്.

ഒരു ഇരുപത്തിമൂന്നുകാരൻ.

അമൽ വേഗത്തിൽ നടന്നു. രണ്ടുദിവസം മുമ്പത്തെ രാത്രിയിലേക്ക് അവൻ പേടിച്ചോടിപ്പോയി. പന്ത്രണ്ടര മണി കഴിഞ്ഞുകാണും. അമൽ ഉറക്കമായിരുന്നു. അവന്റെ ചെറിയ മുറിയിൽ, അവന്റെ പുസ്തകങ്ങൾക്ക് നടുവിൽ കാരമസോവ് സഹോദരന്മാരുണ്ടായിരുന്നു. അതിന്റെ അവസാനത്തെ വരികളും വായിച്ചുതീർത്താണ് പതിനൊന്നേമുക്കാലിന് അവൻ ഉറങ്ങാൻ കിടന്നത്.

"എന്നും ഇങ്ങനെ കൈകോർത്ത് പിടിച്ച് നടന്നുപോകുക. കാരമസോവ് വിജയിക്കട്ടെ!"

വിശ്വസാഹിത്യത്തിലെ മലയാളവിവർത്തനങ്ങൾ തന്നെയാണ് അമൽ ഒരുപാട് വായിച്ചത്. വിവർത്തനം പതുക്കെയടിക്കുന്ന കാറ്റാണ്. ലോകത്തെവിടെയോ മുളപൊട്ടിയ കാറ്റ്. വൻകരകൾ കടന്ന് അത് അമലിന്റെ വീടിനുചുറ്റും മുറിയിലും വീശുന്നു. പുതിയ ഭൂമിയിലെത്തുമ്പോൾ അതിനെന്തൊരുണർവാണ്. അതിരുകളില്ലാത്ത സ്നേഹമാണ് വിവർത്തനം. അമലിന് ലോകത്തെവിടെയുമുള്ള മനുഷ്യരുടെ ജീവിതം മലയാളത്തിന്റെ കണ്ണാടിയിൽ തന്നെ കാണണം.

വാക്കുകളുടെ അടുപ്പത്തെക്കുറിച്ചും മനുഷ്യജീവിതത്തിന്റെ സൗന്ദര്യത്തെക്കുറിച്ചും ആലോചിച്ചാണ് അവൻ ഉറങ്ങിയത്. പന്ത്രണ്ടരയ്ക്ക് മൊബൈൽ ഒച്ചയുണ്ടാക്കി. 'ഹലോ എന്നു പറഞ്ഞുതീരുന്നതിന് മുമ്പ് നിന്നെ ഞാൻ കൊല്ലും, സത്യമായിട്ടും കൊല്ലും.'

അമൽ മൊബൈൽ കട്ട് ചെയ്തു. അമൽ പേടിച്ച് മൊബൈൽ ഓഫ് ചെയ്തു.

ഒച്ച മനസ്സിലായില്ല. പർവ്വതങ്ങളെക്കാൾ ദൃഢതയുള്ള, കനമുള്ള വാക്കുകൾ. അലോകിന്റെ, ധീരജിന്റെ, നിഖിലിന്റെ, കമലിന്റെ, റംഷാദിന്റെ, എബിയുടെ, ടുട്ടുവിന്റെ ഒച്ചകളെല്ലാം ഒത്തുനോക്കി. ആരെങ്കിലും ഒച്ച മാറ്റി അടിക്കുന്നതാവാം.

അങ്ങനെ വിചാരിച്ചുറങ്ങിയപ്പോൾ നല്ല ഉറക്കം കിട്ടി. പിന്നത് മറന്നുപോയി. ഇങ്ങനെയൊരു ഫോൺ വന്നെടാ എന്ന് പിറ്റേന്ന് കോളേജിൽവച്ച് റംഷാദിനോട് പറഞ്ഞപ്പോൾ അവൻ 'പോടാ അതാരെങ്കിലും നിന്നെ പറ്റിച്ചതാവും' എന്നു പറഞ്ഞു. പിന്നെ അവൻ പറഞ്ഞത്, അവൻ 'ഏകാന്തതയുടെ നൂറുവർഷങ്ങൾ' വായിച്ചുതുടങ്ങി എന്നാണ്. 'അതെന്റെ കയ്യിൽ കിട്ടി.' ലോകം പിടിച്ചടക്കിയ കുട്ടിയെപ്പോലെ അവന്റെ അകത്തും പുറത്തും ആഹ്ലാദത്തിന്റെ കടലിരമ്പം.

കോളേജിൽനിന്ന് ബസ്സ്റ്റോപ്പിലേക്ക് നടക്കുകയായിരുന്നു അവർ. അമ

ലാണ് അവനെ ലോകപ്രശസ്ത നോവലുകളുടെ വിവർത്തനങ്ങൾ വായിക്കാൻ പ്രേരിപ്പിച്ചത്. രണ്ട് പതിനെട്ടുവയസ്സുകാരുടെ മനപ്പൊരുത്തം വിവർത്തനങ്ങളിൽ കുളിച്ചുനിന്നു. റംഷാദ് ഗബ്രിയേൽ ഗാർസിയ മാർക്കേസുമായി പരിഭാഷപ്പെട്ടു. സ്വരം മാറ്റി, അവൻ പുസ്തകം വായിക്കുന്നതുപോലെ പറയാൻ തുടങ്ങി.

'വളരെ വർഷങ്ങൾക്കുശേഷം ഫയറിങ് സ്ക്വാഡിനെ നേരിടുമ്പോൾ മുമ്പൊരു സായാഹ്നത്തിൽ മഞ്ഞുകട്ട കാണാൻ അച്ഛൻ കൂട്ടിക്കൊണ്ടുപോയ കാര്യം കേണൽ അദീലിയാനോ ബുവേൻഡിയ ഓർമ്മിച്ചു. അക്കാലത്ത് ചരിത്രാതീതകാലത്തെ മുട്ടകളെപ്പോലെ വെളുത്ത് വലുതായ മിനുസമായ കല്ലുകളുടെ മീതെ ഒഴുകുന്ന തെളിഞ്ഞ ജലമുള്ള ഒരു നദിയുടെ കരയിൽ തീർത്ത ഇരുപത് ഇഷ്ടികക്കെട്ടിടങ്ങളുടെ ഗ്രാമമായിരുന്നു, മക്കോണ്ടോ.'

ഏകാന്തതയുടെ നൂറുവർഷങ്ങളുടെ തുടക്കം ഫോൺ ഭീഷണിയെ മുക്കിക്കൊന്നു. അപ്പോഴാണ് മഴ പെയ്തത്. രാജ്യങ്ങൾ തമ്മിലുള്ള അപ്രതീക്ഷിതയുദ്ധം പോലെ. ഒരു ബസ്സ് മഴയിൽ കുതിർന്ന് അവിടെ നിൽപ്പുണ്ടായിരുന്നു. മഴയിൽ കുതിർന്ന ഒരു യുദ്ധവിമാനംപോലെ ബസ്സ് അമലിന് തോന്നി.

പ്രശാന്തേട്ടൻ എന്തിനാണ് അമലിനെ കൊല്ലുന്നത്? അവർ തമ്മിൽ ഒരു വിരോധവുമില്ലല്ലോ. എവിടെ കണ്ടാലും പ്രശാന്തേട്ടൻ ചിരിക്കും. അമൽ അങ്ങോട്ടും ചിരിക്കും. ഇടയ്ക്കിടെ ചോദിക്കും, 'നീ ഏത് ക്ലാസിലാ പഠിക്കുന്നത്?' രണ്ടുദിവസം കഴിഞ്ഞുകണ്ടാലും അതേ ചോദ്യം. 'അമലേ പഠിപ്പെല്ലാം എത്രവരെയായി?' അമൽ ചെറുചിരിയോടെ പഴയ മറുപടി വീണ്ടും പറയും. അപ്പോൾ പ്രശാന്തേട്ടനും ചിരിക്കും. ഈ ചിരിയുടെ മുനയിൽ ഒരു കത്തിയോ, വാൾത്തലപ്പോ, തോക്കോ ബോംബോ ഒന്നുമില്ല. ഒരു സാധാരണ ചോദ്യം, സാധാരണ ഉത്തരം. പരിഭാഷപോലെ മനസ്സ് കൈമാറൽ.

ഒരുദിവസം സ്കൂൾ റോഡിലൂടെ വരുമ്പോൾ വളയും മാലയും ചൊട്ടയും സൗന്ദര്യവർദ്ധകവസ്തുക്കളും വിൽക്കുന്ന പീടികയുടെ മുന്നിൽവെച്ച് പ്രശാന്തേട്ടൻ ചോദിച്ചു, 'ഇത്ര വല്യ പുസ്തകമൊക്കെ പഠിക്കണോ?' പ്രശാന്തേട്ടൻ പെട്ടെന്നതു വാങ്ങി വായിച്ചു. 'കുറ്റവും ശിക്ഷയും'. പുസ്തകം തിരിച്ചുനൽകുമ്പോൾ ചിരിയില്ല. മുനകൂർപ്പിച്ച നോട്ടം. വളയും മാലയും ചൊട്ടയും വിൽക്കുന്ന പീടികയിലേക്ക് പ്രശാന്തേട്ടൻ അപ്രത്യക്ഷനായി. പിന്നെ കണ്ടത് ഇപ്പോളാണ്.

അമൽ പ്രശാന്തേട്ടനെ ഒന്നു കൂടി തിരിഞ്ഞുനോക്കി. എന്നിട്ട് പ്രശാന്തേട്ടാ ഞാൻ വരുന്നേ എന്നുച്ചത്തിൽ ചിരിയോടെ വിളിച്ചുപറഞ്ഞു.

പിന്നീടൊരോട്ടമായിരുന്നു വീട്ടിലേക്ക്. ഓട്ടത്തിന്റെ വേഗതയിലും ആരോ എറിഞ്ഞ, തൊട്ടുപിറകിൽ പിന്തുടരുന്ന മുന തിളങ്ങുന്ന കത്തിപോലെ പ്രശാന്തേട്ടന്റെ വാക്കുകൾ അവനെ പിന്തുടർന്നു.

അന്നുരാത്രി അവനുറക്കം വന്നില്ല. കത്തിമുനയിൽ തീർത്ത കിടക്കയിലെന്നപോലെ അവൻ പുളഞ്ഞു. വാതിലടച്ചിട്ടും അമലിന് വെളിച്ചം കെടുത്താൻ തോന്നിയില്ല. പിന്നെ വെളിച്ചത്തിലും അവൻ ഇരുട്ടിൽ തപ്പി. 'എന്താ ഇത്ര നേരത്തെ വാതിലടയ്ക്കുന്നതെ' ന്ന് അമ്മ വിളിച്ചു ചോദിക്കുന്നുണ്ട്. 'അമലേ, നീ ഇത്രവേഗം ഉറങ്ങിയോ' എന്നച്ഛനും വിളിച്ചു ചോദിക്കുന്നുണ്ട്. അസാധാരണമായ ഒരു രാത്രിയിൽ വേറേതോ ദേശത്തിൽനിന്നെന്നപോലെ വേറേതോ ഭാഷയിൽനിന്നെന്നപോലെ അവനത് കേൾക്കുന്നുണ്ട്.

ഏതെങ്കിലും പുസ്തകം വായിച്ചുതുടങ്ങിയാലോ? കവിതയാണ് നല്ലത്. സച്ചിദാനന്ദന്റെ വിവർത്തനങ്ങളിലൊന്നാവാം. ലോകകവിത. സച്ചിദാനന്ദന്റെ വിവർത്തനങ്ങൾ അമലിന്റെ മേശപ്പുറത്തും കട്ടിലിലുമുണ്ട്. ബോർഹസിന്റെ കഥകളുടെ തൊട്ടടുത്ത് പല ലോകങ്ങൾ. നെഞ്ച് കുത്തിത്തുറക്കുംപോലെ അമലൊരു പേജ് തുറന്നു. വാക്കുകളുടെ ചോര കണ്ണിലേക്ക് പടർന്നു. പേജ് 332. അമൽ വായിച്ചു. പാബ്ലോ നെരൂദയാണ്. 'മരണംമാത്രം' എന്ന തലക്കെട്ട്. 'ഏകാന്തമായ ശ്മശാനങ്ങളുണ്ട്. നിശ്ശബ്ദമായ അസ്ഥികൾ നിറഞ്ഞ ശവമാടങ്ങളുണ്ട്. ഇരുട്ട് ഇരുട്ട് ഇരുട്ട് മാത്രം നിറഞ്ഞ തുരങ്കത്തിലൂടെ ഞെരുങ്ങി കടന്നുപോകുന്ന ഹൃദയമുണ്ട്. കപ്പൽ തകരുംപോലെ നാം കാതൽ വരെ മരിച്ചഴുകുന്നു' കവിതയ്ക്കിടയിൽ ഒരോർമ്മ അമലിനെ കയറിപ്പിടിച്ചു. ഓർമ്മ മറ്റൊരു പരിഭാഷയാണ്. അമലിന്നത് കുടഞ്ഞു കളയാനായില്ല. ചെറിയ വേദനയോടെ അവനത് ഓർത്തെടുത്തു.

അഞ്ചാറ് ദിവസം മുമ്പാണ്. ഞായറാഴ്ച.

രാത്രിയിലെ ഫോൺ വിളിക്കും മുമ്പുള്ള ഞായറാഴ്ച. കണ്ണൂരിൽ ലൈബ്രറി കൗൺസിലിന്റെ പുസ്തകോത്സവമായിരുന്നു. പോലീസ് മൈതാനത്ത് രണ്ടുമൂന്ന് പുസ്തകങ്ങൾ മനസ്സിൽ ധ്യാനിച്ച് പുസ്തകച്ചന്തയിലേക്ക് കയറിയതാണ് അമൽ. ഉച്ച കഴിഞ്ഞിരുന്നു. പുറത്ത് നല്ല വെയിലുണ്ട്. നല്ല ചൂടുണ്ട്. വിയർക്കുന്നുണ്ട്. എല്ലാ പുസ്തകങ്ങളും കയറിത്തപ്പുന്ന ഏർപ്പാട് അമലിനില്ല. മുൻകൂട്ടി നിശ്ചയിച്ച പ്രസാധകർ, അവരുടെ സ്റ്റാളുകൾ. വിചാരിച്ച പുസ്തകങ്ങളെല്ലാം വാങ്ങാൻ പറ്റിയില്ല.

ഖാലിദ് ഹൊസൈനിയുടെ 'പട്ടം പറത്തുന്നവൻ' കിട്ടി. ഇന്നത് മതി.

അമൽ പുസ്തകവുമായി വെയിലിലേക്കിറങ്ങി. സൂചി കുത്തുന്ന വെയിൽ. മരിച്ചവരെ കുളിപ്പിക്കുന്നതുപോലെ വിയർപ്പ് ശരീരത്തിലൊഴുകുന്നു. ടൗൺസ്ക്വയർ കഴിഞ്ഞാൽ പോലീസ് സ്റ്റേഷൻ. പോലീസ് സ്റ്റേഷൻ കഴിഞ്ഞാൽ മൈതാനം.

മൈതാനത്ത് മതിലിനപ്പുറം നിന്നാൽ ആരും കാണാതെ മൂത്രമൊഴിക്കാം. അങ്ങനെ ചെയ്തു. പുസ്തകം തോളിൽ മുറുകെപ്പിടിച്ച് മൂത്രമൊഴിച്ച് തിരിയുമ്പോൾ പ്രശാന്തേട്ടൻ!

"പ്രശാന്തേട്ടനെന്താ ഈടെ?"

"നീയേടുന്നാ?"

"ഞാൻ പുസ്തകം വാങ്ങാൻ വന്നതാ."

"ഏതു പുസ്തകം?"

അമൽ പുസ്തകം കാണിച്ചുകൊടുത്തു. ഒരു വൃത്തികെട്ട വസ്തുവിനെപ്പോലെയാണ് പുസ്തകത്തെ പ്രശാന്തേട്ടൻ നോക്കുന്നത്.

"നിനക്കേടുന്നാ ഈനെല്ലാം പൈസ?"

അമലൊന്നും മിണ്ടിയില്ല. അവൻ മരിച്ചതുപോലെ അനങ്ങാതെ നിന്നു. പിന്നൊന്നും പ്രശാന്തേട്ടൻ പറഞ്ഞില്ല. ഒരു വല്ലാത്ത നോട്ടം. തീക്ഷ്ണം. ദഹിപ്പിക്കുന്നത്. താൻ കരിഞ്ഞുപോകുമെന്ന് അമലിന് തോന്നി.

ആ നേരം, കുറെ പോലീസുകാർ ഒന്നിച്ച് സ്റ്റേഷനിൽനിന്ന് റോഡിലേക്കിറങ്ങി. പത്തമ്പത് പോലീസുകാരുണ്ട്. ഒരു ക്രമവുമില്ലാതെ അവർ നടക്കുകയാണ്. അതിനിടയിൽ പ്രശാന്തേട്ടനെ അവിടെയെങ്ങും കാണാതായി. യാത്രപോലും പറയാതെ അന്നു പോയതാ. തൊട്ടുപിന്നാലെ ഫോൺവിളി. പകലത്തെ കൊലവിളിയും.

നാളെ പുലരുമ്പംതന്നെ പ്രശാന്തേട്ടന്റെ വീട്ടിലേക്ക് പോയാലോ? എന്തിനാണ് പ്രശാന്തേട്ടാ ഇങ്ങനെയൊക്കെ എന്നു ചോദിച്ചാലോ? ഞാൻ നിങ്ങളുടെ ശത്രുവല്ലല്ലോ. പ്രിയപ്പെട്ട അനിയനല്ലേ എന്നു പറഞ്ഞാലോ? അതിന് പ്രശാന്തേട്ടന്റെ വീടെവിടെയാണ്? അതാണ് മനുഷ്യരുടെ സവിശേഷത. അടുപ്പമുള്ളവരുടെ മറ്റ് വിശേഷങ്ങളൊന്നുമറിയില്ല. അടുപ്പവും അയാളും മാത്രം. അതിനപ്പുറം ശൂന്യം. പരിഭാഷപ്പെടുത്താനാവാത്ത വാക്കുകളുള്ള ഒരു ഭാഷപോലെ മനുഷ്യർക്കിടയിൽ ഒരു മുൾവേലി കണ്ണുതുറക്കാതെ എത്തിനോക്കും. വേലിക്കപ്പുറത്തുള്ളതൊന്നും കാണില്ല.

ബസ്സ്റ്റോപ്പിൽ എല്ലാ വൈകുന്നേരവും പ്രശാന്തേട്ടൻ ഉണ്ടാകും. ഫുട്ബോൾ ഗ്രൗണ്ടിലും മൂപ്പരുണ്ടാകും. കുഞ്ഞുവിന്റെ തട്ടുകടയിലി

രുന്ന് പൊറോട്ട കഴിക്കുന്നതും കാണാറുണ്ട്. എല്ലാവരും 'പ്രശാന്തേട്ടാ' എന്നു വിളിക്കുന്നതു കേട്ട് പ്രശാന്തേട്ടാ എന്ന് സ്നേഹം പുരട്ടി താനും വിളിക്കും. എന്നിട്ടും ഇതുവരെ പ്രശാന്തേട്ടന്റെ വീടെവിടെയാണെന്ന് ചോദിച്ചിട്ടില്ല.

തട്ടുകടയിലെ കുഞ്ഞുവിന് അറിയാമായിരിക്കും പ്രശാന്തേട്ടന്റെ വീട്. നാളെ പുലരുമ്പംതന്നെ കുഞ്ഞുവിനെ കണ്ട് വഴി ചോദിച്ച് പ്രശാന്തേട്ടന്റെ വീട്ടിൽ പോയി നേരിൽ കാണണമെന്ന് വിചാരിച്ചപ്പോൾ അമലിന്റെ മനസ്സ് തണുത്തു. പിന്നെ നീ ഉറങ്ങിക്കോ എന്ന് കണ്ണ് അപരിചിതമായ ഭാഷയിൽ പറഞ്ഞു. ഭാവന നഷ്ടപ്പെട്ട കഥപോലെ അമലിന്റെ നിദ്ര. എന്തൊരു നിഷ്ക്കളങ്കമായ ഉറക്കം. ഇമയിൽ സ്നേഹഭാഷയുടെ സ്പർശം.

വാതിലിന്നാരോ ശക്തിയിൽ മുട്ടുന്നതുപോലെ. 'അമൽ' എന്ന് ആരോ വിളിച്ചതുപോലെ. അവൻ ചാടിയെണീറ്റു. അച്ഛനുമമ്മയുമറിഞ്ഞിട്ടില്ല. സമയമെത്രയായിക്കാണും? മുറി തുറന്ന് അമൽ പുറത്തേക്ക് തുറക്കുന്ന വാതിലിന്നടുത്ത തിരശ്ശീല മാറ്റി. മുറ്റത്ത് ആകാശത്തിന്റെ വെളിച്ചം. ആകാശത്തിന്റെ വെളിച്ചത്തിൽ പ്രശാന്തേട്ടൻ. പ്രശാന്തേട്ടന്റെ കയ്യിൽ ഒരു നീണ്ട വാൾ. ഒരു മനുഷ്യന്റെ പൊക്കമുള്ള വാൾ. പ്രശാന്തേട്ടൻ പരിഭാഷപ്പെട്ടുനിൽക്കുന്നതുപോലെ വേറൊരാൾ- വാൾ.

തിരശ്ശീല വലിച്ച് അമൽ കാഴ്ച മറച്ചു. പ്രശാന്തേട്ടൻ വെറുതെ പേടിപ്പിക്കാൻ വന്നതാവുമെന്ന് അമൽ സമാധാനിച്ചു. അമൽ വാതിലിനുതാഴെ ശബ്ദമുണ്ടാക്കാതെ ഇരുന്ന് ചെറുതായി വിറയ്ക്കുന്ന വിരലുകൾകൊണ്ട് തിരശ്ശീല മാറ്റി പതുക്കെ പുറത്തേക്കു നോക്കി. ഒരു ചെറിയ നിലവിളി ഭാഷ കിട്ടാതെ കുടുങ്ങിക്കിടന്നു. പ്രശാന്തൻ മുറ്റമിറങ്ങി നിലാവത്ത് മടങ്ങുന്നു. വാൾ പ്രശാന്തേട്ടന്റെ കൈക്കരുത്തിൽ അനുസരണയുള്ള അനുയായിപ്പോലെ, അതേ വേഗതയിൽ വേറൊരാളും നടക്കുന്നതുപോലെ. ഒച്ചയുണ്ടാക്കിയാൽ അച്ഛനുമമ്മയും ഉണരും. ചിലരെങ്കിലും ഓടിവരും. മറ്റുള്ളവർ വാതിലിന്റെ വിടവിലൂടെ, പകുതി തുറന്ന ജാലകങ്ങളിലൂടെ ഭയത്തോടെ നോക്കാം. ഓടിവന്നവർ പ്രശാന്തേട്ടനെ പിന്തുടർന്നാലോ?

എന്നിട്ടും അച്ഛനുമമ്മയും വാതിൽ തുറന്ന് ഇറങ്ങിവന്നു.

“ആരാ?” അച്ഛൻ ചോദിച്ചു.

“എന്താടാ ഒരൊച്ച കേട്ടത്?” അമ്മയും ചോദിച്ചു.

അമൽ ഒന്നും മിണ്ടാതെ പോയി അവന്റെ മുറിയുടെ വാതിലടച്ചു. നെഞ്ച് ഒച്ചവെക്കുന്നതുപോലെ അവന് തോന്നി. കട്ടിലിൽ, പുതപ്പിൽ

ശരീരം മുഴുവൻ ചുരുണ്ടുകൂടി അവൻ കിടന്നു. ഭൂമിയിലെവിടെയും ഞാനില്ല എന്ന് തോന്നിച്ചിരുന്ന ഒളിസങ്കേതത്തിൽ, പുഴുവിനെപ്പോലെ ചുരുണ്ട് ചുരുണ്ട് അവൻ കിടന്നു. ശ്വാസംപോലും അവൻ പുറത്തുവിട്ടില്ല, സർവ്വത്ര ഇരുട്ട്. കട്ടപിടിച്ച ഇരുട്ട്.

ഷൂസെ സരമാഗുവിന്റെ 'അന്ധത' എന്ന നോവൽ ഇരുട്ടിലൂടെ വന്നു. അതു വായിക്കാൻ രവീന്ദ്രൻമാഷാണ് അമലിനോട് പറഞ്ഞത്. മാഷ് മലയാളത്തിലെ വലിയ നിരൂപകനാണ്. കണ്ണൂരിലെ ഒരു പുസ്തകപ്രകാശനത്തിന് പ്രസംഗിക്കാൻ വന്നപ്പോൾ കണ്ടതാണ്. ഒരു ധൈര്യത്തിന് പോയി ചോദിച്ചു.

"എനിക്കൊരു പുസ്തകം പറഞ്ഞുതരുമോ? വിവർത്തനപുസ്തകം. വിവർത്തനപുസ്തകങ്ങളാണ് എനിക്കിഷ്ടം."

സാഹിത്യത്തിലെ ശിശുവിനെ നോക്കുന്നതുപോലെ രവീന്ദ്രൻമാഷ് അമലിനെ കണ്ണട അമർത്തിവെച്ച് നോക്കി. എന്നിട്ട് അമർത്തിപ്പറഞ്ഞു, "അന്ധത. ഷൂസെ സരമാഗു. നല്ല വിവർത്തനമാണ്."

മാഷ് പ്രസംഗം കഴിഞ്ഞ് സ്റ്റേജിന്റെ പിറകുവശത്തുനിന്നും സിഗരറ്റ് വലിക്കുന്ന നേരമായിരുന്നു അത്. അപ്പോൾ അഞ്ചാറാളുകൾ വന്നു. അവരിലൊരു ചെറിയ ചെക്കന്റെ ചുമലിൽപിടിച്ച്, മുണ്ടും മടക്കിക്കുത്തി ചിരിച്ചുംപറഞ്ഞുകൊണ്ട് മാഷ് പഴയ ബസ്സ്റ്റാന്റിനുനേരെ നടന്നു. വായിച്ചുവായിച്ചാവാം എന്തൊരുന്മേഷമാണ് ആ മനുഷ്യന് എന്ന് അമലിന് തോന്നി. ഒരു പരിചയവുമില്ലാതിരുന്നിട്ടും അത്രയെങ്കിലും അദ്ദേഹം പരിഗണിച്ചല്ലോ എന്ന ആഹ്ലാദവുമായി അമൽ വീട്ടിലേക്ക് ബസ്സ് കയറി. മറ്റേതോ രാജ്യത്തിലെ ഒട്ടും പരിചിതമല്ലാത്ത പാതയിലൂടെയാണ് ബസ് മുന്നോട്ടു പോകുന്നതെന്ന് അമൽ ഭാവനയുണ്ടാക്കി.

അമൽ, ഷൂസെ സരമാഗുവിന്റെ അന്ധത കയ്യിലെടുത്തു.

പ്രശാന്തേട്ടൻ ഇരുട്ടിലൂടെ നടന്നുപോകുന്നത് അമൽ തുറന്നുവെച്ച പുസ്തകത്തിലെ 307-ാംപേജിൽ കണ്ടു. അവൻ ഒച്ചയുണ്ടാക്കാതെ വായിച്ചു.

"അവസാനത്തെ മനുഷ്യശരീരം മൊത്തത്തിൽ വിറകൊള്ളുകയായിരുന്നു. മൂന്ന് വലിയ ഉത്തരങ്ങൾ ആണിയടിച്ചുറപ്പിച്ചതുപോലെ അയാൾ മൂന്നുതവണ ക്ഷോഭത്തോടെ ഇളകിയാടി. ശ്വാസംമുട്ടൽ അനുഭവിക്കുന്ന ഒരു പന്നിയെപ്പോലെ അയാൾ കിതയ്ക്കുകയും ചെയ്തു. അയാൾ എല്ലാം അവസാനിപ്പിച്ചിരിക്കുന്നു."

പെട്ടെന്ന് മരിച്ചതുപോലെ അമൽ ഉറങ്ങിപ്പോയി.

കനത്തിൽ മഞ്ഞുവീഴുന്ന രാവിലെ എണീറ്റപാടെ ഷർട്ടുമെടുത്തിട്ട്

കുഞ്ഞുവിനെ പോയിക്കണ്ടു. കുഞ്ഞു തട്ടുകടയുടെ പിറകിലെ സകല നേരത്തും പൂട്ടിയിട്ട പീടികയുടെ ഇറയത്ത് ബെഞ്ചിൽ കിടന്നുറങ്ങുന്നുണ്ടായിരുന്നു. കുഞ്ഞു കണ്ണുതിരുമ്മി വഴി പറഞ്ഞുകൊടുത്തു. സ്കൂൾ റോഡിലൂടെ പോകുക. ആൽമരം കാണാം. ഹൈസ്കൂൾ കഴിഞ്ഞാൽ അമ്പലം. പിറകിലേക്ക് പുഴഭാഗത്ത് വലിയ ഇറക്കമുണ്ട്. നെയ്ക്കല്ലുകൾകൊണ്ടുള്ള പടി. നല്ല മിനുസം. കുളിക്കാൻ പോകുന്നവരും വരുന്നവരും ചവിട്ടിയ കല്ല്. ഇടവഴിയിലെ ചരൽക്കല്ലുകൾക്കും കുളിച്ചുമടങ്ങിയ മനുഷ്യരുടെ നനവുള്ള കാൽസ്പർശം. പുഴയെത്തുന്നതിനുമുമ്പു വയല് തുടങ്ങുന്ന സ്ഥലത്ത് വയൽക്കരയിൽ പ്രശാന്തേട്ടന്റെ വീട്.

ഇങ്ങനെയുള്ള ഒരു സ്ഥലത്ത് ജീവിക്കുന്ന ഒരാൾക്ക് കട്ടുറുമ്പിനെപ്പോലും നോവിക്കാൻ തോന്നില്ലെന്ന് അമൽ ധൈര്യസമേതം മനസ്സിൽ വിചാരിച്ചു. അങ്ങനെയൊരു വിചാരത്തിന്റെ പച്ചയിലത്തണുപ്പിൽ അവൻ പഴയ ഓടിട്ട വീടിന്റെ മുന്നിലെത്തി.

ആരും താമസിക്കാനില്ലാത്തതുപോലെ ഏകാന്തം, നിശ്ശബ്ദം. വീട് ഉറങ്ങുന്നതുപോലെ. മുറ്റത്തിന്റെ കിഴക്കുഭാഗത്തേക്ക് നടന്നപ്പോൾ, അടുക്കളയുടെ പിറകുഭാഗത്ത് ഒരു സ്ത്രീ മഞ്ഞബക്കറ്റിൽ തുണികൾ തിരുമ്മുന്നു. പ്രശാന്തേട്ടന്റെ അമ്മതന്നെ ആയിരിക്കും.

"പ്രശാന്തേട്ടനുണ്ടോ ഈടെ?" എന്നുച്ചത്തിൽ ചോദിച്ചപ്പോൾ ബക്കറ്റിൽ സോപ്പുപതകളുള്ള കൈകൾ മുക്കി ഉടുത്ത ലുങ്കിക്ക് തുടച്ച് ഒന്നു കുനിഞ്ഞ് പാവം അമ്മ മുറ്റത്തേക്ക് ഓടിവന്നു. പ്രശാന്തേട്ടന്റെ അമ്മ ഇത്ര പാവമാണോ എന്ന് അമൽ അത്ഭുതപ്പെട്ടു.

"ആരാ മോനേ...മോനിരിക്ക്." ഇറയത്തെ ബെഞ്ചിന്റെ ചെറിയ ഭാഗം അവർ കൈകൊണ്ട് തുടച്ചു.

അമൽ അവിടെ ഇരുന്നു.

"ഓനീടയില്ലല്ലോ മോനേ. മോന്തിക്ക് ഏതോ ഫോൺ വന്നപ്പോ ഇറങ്ങിപ്പോയതാ."

നിരാശയോടെ അമൽ എഴുന്നേറ്റു.

"ഊയന്റെ മോനേ...നിനക്കൊന്നും തന്നില്ലല്ലോ. പാലില്ല. കരിഞ്ചായ തരട്ടെ അമ്മേ...."

"വേണ്ട. ചായ കുടിച്ചിന്."

"എന്നാലും മോനേ...ഒന്നും തരാണ്ട്."

അമ്മ ഓടി അകത്തുചെന്ന് തിരിച്ചുവന്നു. കയ്യിൽ ഒരു റോബസ്റ്റ പഴം. പച്ചനിറമുള്ള സ്നേഹം.

"പഴുപ്പധികാ. നല്ല മധുരംണ്ടാകും. ഈട ഉണ്ടാകുന്നതാ. ഒരാള്

വന്നാല് ഒന്നും കൊടുക്കാണ്ട് പറഞ്ഞയക്കരുതൂന്നാ പ്രശാന്തന്റെ അച്ഛൻ പറയാറുള്ളത്. ഓറ് മരിച്ചുപോയി."

അമൽ അമ്പരന്നു. റോബസ്റ്റയുടെ മധുരത്തിൽ അമൽ പ്രശാന്തേട്ടന്റെ അമ്മയുടെ മുലപ്പാല് നുണഞ്ഞു. ഗർഭപാത്രങ്ങൾ വിങ്ങിവിങ്ങിക്കരയുന്നുണ്ട്. മക്കൾ രാത്രി എങ്ങോട്ടാണ് ഇറങ്ങിപോകുന്നത്? വയലോരത്തുകൂടി നടക്കവേ അമൽ, റാലിദ് ഹൊസൈനിയുടെ പട്ടം പറത്തുന്നവൻ എന്ന നോവലിനെ ഓർമ്മിച്ചു. നല്ലോണം വായിക്കുന്ന വിമലേച്ചിയാണ് നോവലിനെക്കുറിച്ച് അമലിനോട് പറഞ്ഞത്. വിമലേച്ചി ബാങ്കിലാണ്. നാല് വീടിനപ്പുറത്താണ്. ബാങ്കിലേക്ക് പോകുന്നതും വരുന്നതും കാണാം. യൂണിവേഴ്സിറ്റി ചലാനടയ്ക്കാൻ ബാങ്കിന്റെ യൂണിവേഴ്സിറ്റി ബ്രാഞ്ചിലേക്ക് പോയിരുന്നു. നീണ്ട ക്യൂ. കൗണ്ടറിൽ വിമലേച്ചി. 'നീ വായിക്കുന്ന കുട്ടിയാന്ന് എനിക്കറിയാം. നിനക്ക് ഞാനൊരു നോവൽ പറഞ്ഞുതരട്ടെ. പട്ടം പറത്തുന്നവൻ. എഴുതിയ ആളുടെ പേര് ഖാലിദ് ഹൊസൈനി. വലിയ എഴുത്തുകാരനാ.'

അമൽ ഒരു രസം തോന്നി മനഃപാഠമാക്കിയ വരികൾ ഓർമ്മിച്ചെടുത്തു.

"വീണ്ടും ഒരു തണുപ്പുകാലം. എല്ലാവർഷവും ആദ്യമായി മഞ്ഞു പൊഴിഞ്ഞുതുടങ്ങുമ്പോൾ പൈജാമ പോലും മാറ്റാതെ ഞാൻ മുറ്റത്തിറങ്ങും. നല്ല തണുപ്പായിരിക്കും. കൈകൾ രണ്ടും മാറത്ത് പിണച്ചുവെക്കും. മുറ്റവും മതിലും ബാബയുടെ കാറും ചുറ്റുമുള്ള മരങ്ങളും വീടിന്റെ മേൽക്കൂരയും അപ്പുറത്തെ കുന്നും മലകളുമൊക്കെ മഞ്ഞു മൂടിക്കിടക്കുന്നുണ്ടാകും."

മഞ്ഞുവീണു നനഞ്ഞ കൽപ്പടവുകൾ കയറി, പിന്നെ അമ്പലത്തിന്റെ കൽപ്പടവുകളിറങ്ങി ആൽമരത്തിനപ്പുറം റോഡിനെത്തിയത് അമൽ അറിഞ്ഞില്ല. അമൽ പട്ടം പറപ്പിക്കുകയായിരുന്നു. അത് സകലതിനെയും കടന്ന് പറന്നു. അത് സകല ആകാശത്തെയും കടന്നു പറന്നു. ഒറ്റ ഭാഷയുള്ള ആകാശം. പരിഭാഷകളില്ലാത്ത ലോകം. പ്രശാന്തേട്ടനെ അമൽ മറന്നുപോയിരുന്നു. അപ്പോൾ ഒരു ബൈക്ക് കുതിച്ചു വന്ന്, അമലിന് മുന്നിൽ നിന്നു., അമൽ നിലവിളിച്ചില്ല. എന്നാലും ഒന്ന് സ്തംഭിച്ചു നിന്നു. പ്രശാന്തേട്ടൻ രൂക്ഷമായൊന്ന് അവനെ നോക്കി. ബൈക്ക് അടുത്തനിമിഷം മരണവേഗത്തിൽ കുതിച്ചു. അമൽ വേഗത്തിൽ നടന്നു. വീട്ടിലേക്കുള്ള റോഡിലെ ബസ്റ്റോപ്പിൽ രാവിലെയായതുകൊണ്ട് ആരുമില്ല, പിറകിൽ ബൈക്കിന്റെ ഒച്ച. അത് അതേ ബൈക്ക് തന്നെ. അമൽ വീട്ടിലേക്കുള്ള റോഡിലൂടെ മുന്നോട്ടോടി. മരണവേഗം അകന്നുപോയി.

വീട്ടിലേക്ക് കയറവേ വീണ്ടും പിറകിൽ ബൈക്കിന്റെ കുതിപ്പിന്റെ ശബ്ദം.

വീടിനകത്തേക്ക് അമൽ ചാടിക്കയറി മെല്ലെ തിരിഞ്ഞുനോക്കി.

ബൈക്കിന്റെ ഹാൻഡിലിൽ അമർത്തിപ്പിടിച്ച് പ്രശാന്തേട്ടൻ വീട്ടിലേക്കുതന്നെ നോക്കുന്നുണ്ട്. കൊല്ലുന്ന നോട്ടം.

അമൽ വാതിൽ പതുക്കെ അടച്ചു. പുറത്തെ ബൈക്കിന്റെ ഒച്ച നേർത്തുവന്നു. മരണവീടിന്റെ നിശ്ശബ്ദതയായി വിവർത്തനം ചെയ്യപ്പെട്ടു.

അങ്ങനെ പേടിച്ച് വീട്ടിലിരിക്കുന്നത് ശരിയല്ല. പ്രശാന്തേട്ടൻ തമാശ കളിക്കുകയാണെങ്കിലോ? നേരിൽക്കണ്ട് സംസാരിക്കുകതന്നെ വേണം. അപ്പോളറിയാമല്ലോ കൃത്യമായും കാര്യങ്ങൾ.

ചില ശരീരഭാഷകൾ നമുക്ക് മനസ്സിലാവില്ല. വിവർത്തനങ്ങളിൽ അത് സങ്കീർണ്ണമാവും.

വൈകുന്നേരം അമൽ വീണ്ടും റോഡിലൂടെ, പീടികകൾക്ക് മുന്നിലൂടെ നടന്നു. പ്രശാന്തേട്ടന്റെ ബൈക്ക് അവൻ നിൽക്കുന്ന സ്ഥലത്തിലൂടെ കറങ്ങി കുതിച്ചുവന്നു. നിർത്തിയില്ല. അത് അപ്രത്യക്ഷമാകുകയും വീണ്ടും പ്രത്യക്ഷമാകുകയും ചെയ്തുകൊണ്ടേയിരിക്കുമ്പോൾ അന്നേരമാണ് അമലിന് ഓർമ്മവന്നത്.

പ്രശാന്തേട്ടന്റെ വീട്ടിൽ പോകുമ്പോൾ അമലിന്റെ കൈയിൽ 'കുറ്റവും ശിക്ഷയും' ഉണ്ടായിരുന്നു. അത് പ്രശാന്തേട്ടന്റെ ബെഞ്ചിൽ വെച്ച് മറന്നു. സാരമില്ല. ഇനിയും പോകണമല്ലോ ആ വീട്ടിലേക്ക്. അപ്പോളെടുക്കാം.

എന്നാലും ദസ്തയേവ്സ്കിയെ മറന്നത് നല്ലതല്ല.

ഒരാഴ്ച കഴിഞ്ഞ് അമൽ വായനശാലയിൽനിന്ന് മരിയോ വർഗാസ് യോസയുടെ 'ആടിന്റെ വിരുന്ന്' വിതരണ രജിസ്റ്ററിൽ എഴുതിവെച്ച് വെറുതെ ഒരു പേജ് തുറന്നു. 305, ചെറിയ ഖണ്ഡിക. അതിങ്ങനെയായിരുന്നു, 'എങ്കിൽ ഓപ്പറേറ്റ് ചെയ്ത്, ആബസ് ഗാർസിയ ആവശ്യപ്പെട്ടു. ഞാൻ പറയുന്നത് ചെവിയിൽ നുള്ളിക്കോ. എനിക്കവനെ ജീവനോടെ വേണം. കിട്ടിയില്ലെങ്കിൽ നിന്റെ ജീവനായിരിക്കും എടുക്കുന്നത്.'

വാതിലടയ്ക്കുന്ന വേഗത്തിൽ അവൻ പുസ്തകമടച്ചു. ആ ചെറിയ പട്ടണത്തിലെ വെളിച്ചങ്ങളിലേക്കും പീടികകളിലെ തിരക്കുകളിലേക്കും ഒന്നും നോക്കാതെ ഒറ്റനടത്തം. കുറെ ദിവസങ്ങളിലായി പട്ടണത്തിലെവിടെയും പ്രശാന്തേട്ടൻ ഇല്ലായിരുന്നെന്ന് മാത്രം അപ്പോൾ അമൽ ഓർത്തു. അമലും പ്രശാന്തേട്ടനെ മറന്നുപോയിരുന്നു.

പതിവുപോലെ പൊട്ടിപ്പൊളിഞ്ഞ ബസ്സ്റ്റോപ്പ്. വീട്ടിലേക്ക് തിരിയുന്ന

റോഡിൽ വെളിച്ചമില്ല. തെറ്റായ പരിഭാഷപോലെ സ്ട്രീറ്റ് ലൈറ്റുകൾ കെട്ടുകിടന്നു. ആകാശവെളിച്ചവും മറച്ചുകളയുന്ന മരത്തിലെ വലിയ ഇലകൾകൊണ്ട് തീർത്ത പന്തലിന് താഴെക്കൂടി അമൽ നടന്നു. അപ്ര തീക്ഷിതം. മഴ പെയ്തു. ഇലകളിൽ ആഞ്ഞടിച്ച് അത് ഭൂമിയിലേക്ക് വീണു. ഇരുട്ടിൽ മഴ ശത്രുവിനെപ്പോലെ പിറുപിറുത്തു. ആകാശത്തിനെ ആരാണ് ഭാഷ മാറ്റിപ്പറയുന്നത്?

ഇല്ല. വെളിച്ചമേയില്ല. മഴയുടെ ഒച്ചയ്ക്കും മുകളിൽ എവിടെനിന്നോ എന്ന പോലെ ഭൂമിയെ അമർത്തുന്ന കാലൊച്ച. അത് പിറകിൽനിന്നുത ന്നെയാണ്. അമൽ ഇരുട്ടിൽ ഓടി. എന്തിലോ കാലുടക്കി. ആടിന്റെ വിരുന്നും അമലും മഴച്ചളിയിൽ മുഖമമർത്തിവീണു. ഷർട്ടിൽ, പിന്നെ കൈയിൽ പിടിച്ച് എഴുന്നേൽപ്പിക്കുന്നത് പ്രശാന്തേട്ടൻ തന്നെ. അമൽ ആടിന്റെ വിരുന്ന് നെഞ്ചോടടുക്കി പിടിച്ചു. പുസ്തകത്തിന്റെ മുകളിൽ ചെളിവെള്ളം കുതിർന്ന് നനവ്. മറ്റേതോ ഭാഷയുടെ മണം.

“ഞാനാ പ്രശാന്തേട്ടൻ. ഞാൻ ബസ്സ്റ്റോപ്പിലുണ്ടായിരുന്നു, നിന്നെ കാത്ത്. നീയെന്തിനാ ഓടിയത്?’

താഴെ, തന്നോട് ചേർത്തുപിടിച്ച് പ്രശാന്തേട്ടന്റെ മഴപുരട്ടിയ നന വുള്ള ഒച്ച, ദൈവം ഉച്ചത്തിൽ പുസ്തകം വായിക്കുന്നതുപോലെ മഴ കുടക്കുമുകളിലും കുടയുടെ മുറ്റത്തും പെയ്തു.

“നീ കുടേല് നിക്ക്. നനയണ്ട. ഇതാ പുസ്തകം. കുറ്റവും ശിക്ഷ യും. നീ വീട്ടില് വെച്ച് മറന്നതാ.”

ഇരുട്ടിൽ അവർ നടന്നു. മുറ്റത്തെത്തിയപ്പോൾ പുസ്തകങ്ങളുമായി അമൽ വീട്ടിലേക്ക് ഓടിക്കയറി. പ്രശാന്തേട്ടൻ ഇരുട്ടിൽ മടങ്ങിപ്പോയി. പോകുമ്പോൾ പ്രകാശമുള്ള മഴ കണക്കെ പ്രശാന്തേട്ടന്റെ ചിരി.

അന്നുരാത്രി അമൽ തന്റെ മുറി വൃത്തിയാക്കി. നേരം വൈകുവോളം പുസ്തകങ്ങളെല്ലാം അടുക്കിവെച്ചു. അമൽ ജനലുകൾ തുറന്നിട്ടു. വെളിച്ചം കെടുത്തി. ഉറങ്ങണം. പുലർച്ചയ്ക്ക് ഉണരണം. വായിക്കണം. ഒന്നു കണ്ണടഞ്ഞു. ‘അമലേ...’ ആരാണ് വിളിച്ചത്? പ്രശാന്തേട്ടന്റെ ഒച്ച. അമലിന്റെ കണ്ണ് പിടഞ്ഞുതുറന്നു.

മുറിനിറയെ മൺവിളക്കുകൾ തൂക്കിയിട്ടതാരാണ്?

വാക്കുകൾ മൺവിളക്കുകളും വിരലിൽ തൂക്കി നടക്കാനിറങ്ങിയിരി ക്കുന്നു. പുസ്തകങ്ങൾ കിനാവ് കാണുന്ന നിദ്രയിലുമാണ്.

അമൽ അറിയാതെ കൈകൂപ്പി. അമൽ പുസ്തകങ്ങളെ നോക്കി മന്ദ ഹസിച്ചു. പിന്നൊരു പുസ്തകം തുറന്നുവായിച്ചു.

‘ഞാനെല്ലാം ഓർക്കുന്നു. സാന്തിയാഗോ, നമ്മൾ ആദ്യമായി ഒന്നിച്ചു

പോയതുമുതൽക്കുള്ള എല്ലാം.'

സൂര്യതാപമേറ്റു തവിട്ടുനിറമാർന്ന കണ്ണുകളിൽ ആത്മവിശ്വാസവും സ്നേഹവും നിറച്ച് കിഴവൻ അവന്റെ നേരെ നോക്കി:

'നീയെന്റെ മകനായിരുന്നെങ്കിൽ പുറത്തുപോയി നമുക്കൊന്നിച്ച് എന്തൊക്കെ വീരസാഹസങ്ങൾ ചെയ്യാമായിരുന്നു!'

കടപ്പാട്: ഹെൻട്രിച്ച് ബോൾ. ഗബ്രിയേൽ ഗാർസിയാ മാർക്കേസ്, ദസ്തയേവസ്കി, പാബ്ലോ നെരൂദ, ഖാലിദ് ഹൊസൈനി, ഷൂസെ സരമാഗു, മരിയോ വർഗാസ് യോസ്, ഹെമിംഗ്വേ, വൈക്കംമുരളി, ഡോ. എസ് വേലായുധൻ, എൻ.കെ. ദാമോദരൻ, സച്ചിദാനന്ദൻ, രമാമേനോൻ, ആശാലത, കടങ്കോട്ട് പ്രഭാകരൻ.

(മാതൃഭൂമി ആഴ്ചപ്പതിപ്പ് 2019 ജൂൺ 23)

രാത്രിയുടെ പരിഭാഷ

പോളിഷ് കവി ആദം സഗയേവ്സ്കിയുടെ 'അംഗഛേദം ചെയ്യപ്പെട്ട ഈ ഭൂമിയെ സ്തുതിക്കാൻ ശ്രമിക്കുക' എന്ന കവിത ഇംഗ്ലീഷിൽ നിന്നും പരിഭാഷപ്പെടുത്താൻ ശ്രമിക്കുകയായിരുന്നു സുനിമ മുനീർ എന്ന എഴുത്തുകാരി. രാത്രി ഏറെക്കഴിഞ്ഞിരിക്കുന്നു.

കവിത പരിഭാഷപ്പെടുത്തുമ്പോൾ മുന്നിലുള്ള ഭാഷ വളരെ പെട്ടെന്ന് അപ്രത്യക്ഷമാകും. മലയാളത്തിലെ ഓരോ വാക്കും അവൾ കണ്ടുപിടിക്കുന്ന നേരംതന്നെ, ഇംഗ്ലീഷ്പദത്തെ അവൾ മറന്നിരിക്കാം. പെട്ടെന്ന് ഒരു വെളിച്ചം അപ്രത്യക്ഷമാകുകയും വേറൊരു വെളിച്ചം കത്തിനിൽക്കുകയും ചെയ്യുന്ന രൂപാന്തരീകരണം. അനുഭൂതിയുടെ മലക്കംമറിച്ചിൽ.

എഴുത്തുകാരിയുടെ പരിഭാഷദൗത്യങ്ങളെല്ലാം രാത്രിയിലാണ്. അടുക്കളയിലെ അവസാനത്തെ പാത്രവും കഴുകിവെച്ച് എഴുത്തുമുറിയിലെത്തുമ്പോൾ സമയസൂചി 12-നെയും മറ്റു ചിലപ്പോൾ 1-നെയും പിന്നിലാക്കിയിരിക്കും.

അടുക്കളയിൽനിന്നു കുളിമുറിയിലേക്ക്. ശരീരം നനച്ചും തുടച്ചും കുളിമുറിയിലെ വിവർത്തനം. കുളിമുറിയിൽനിന്ന് എഴുത്തുമുറിയിലേക്ക്. ഒരു രാജ്യത്തിൽനിന്ന് വേറൊരു രാജ്യത്തിലേക്കുള്ള നടത്തംപോലെ. തലയ്ക്കുമുകളിൽ ചെറിയ നക്ഷത്രങ്ങളെ കുഴിച്ചിട്ടതുപോലുള്ള ബൾബുകൾ. കുളിമുറിയിൽനിന്ന് എഴുത്തുമുറിയിലേക്കുള്ള ഇടനാഴിയിൽ നക്ഷത്രങ്ങളുടെ പ്രകാശം. സ്വപ്നസദൃശം.

ഇടനാഴിയിലെ സങ്കീർണ്ണമായ വെളിച്ചത്തിലൂടെ നടക്കുമ്പോൾ എഴുത്തുകാരി വെറുതെ തടങ്കൽപാളയങ്ങളെ ഓർമ്മിച്ചു. എല്ലിൻകഷണങ്ങൾ ചിതറിത്തെറിച്ചുവീണ തെരുവുകൾ മനസ്സിലേക്കു വന്നു. ഒരു കാരണവുമില്ലാതെ ഹിറ്റ്ലറും മുസ്സോളിനിയും കടന്നുവന്നു.

കവിത പരിഭാഷപ്പെടുത്താൻ തുടങ്ങുമ്പോൾ ചിലപ്പോൾ അങ്ങനെയാണ്. അത് കവിതയുടെ വിധിയാണ്. അത് അതിന്റെ ശരീരവുമായി ബന്ധമില്ലാത്ത മറ്റെന്തിന്റെയെങ്കിലും ഓർമ്മയും ഗന്ധവും കൊണ്ടുവ

രും. ഓർമ്മയുടെ വേറൊരു പരിഭാഷ.

എഴുത്തുമുറിയിൽ ആദം സഗയേവ്സ്കി പരിഭാഷക സൂനിമ മുനീറിനെ കാത്തിരുന്നു. സൂനിമ മുനീർ നാലുവരി ഇങ്ങനെ എഴുതി:

"അംഗഛേദം ചെയ്യപ്പെട്ട ഈ ഭൂമിയെ സ്തുതിക്കാൻ ശ്രമിക്കുക; ജൂൺമാസത്തിലെ നീണ്ട പകലുകളെ ഓർക്കുക.

കാട്ടുഞാവൽപഴങ്ങളെയും വീഞ്ഞുതുള്ളികളെയും പുലർമഞ്ഞിനെയും ഓർക്കുക.

നാടുകടത്തപ്പെട്ടവരുടെ ഉപേക്ഷിക്കപ്പെട്ട വീടുകളിൽ ക്രമബദ്ധരായി വളർന്നു മുറ്റിയ കൊടിത്തൂവകളെ ഓർക്കുക."

അതിനെടുത്തു ഒരു മണിക്കൂർ. വേദന നിറഞ്ഞ പ്രവൃത്തിയാണ് പരിഭാഷ. വാക്കുകളെ തലോടിയെടുക്കുമ്പോൾ മനസ്സു മുറിയും. ചോര കിനിയും. പരിഭാഷാവേളയിൽ ഉപേക്ഷിക്കപ്പെടുന്ന വാക്കുകൾ നാടുകടത്താൻ വിധിക്കപ്പെട്ട ഒരു കുട്ടിയെപ്പോലെ അതിദയനീയമായി നോക്കും. എന്നാൽ വേറൊരു വാക്ക് മഷിയിൽനിന്നൂർന്നുവീഴുമ്പോൾ അടുത്ത സുഹൃത്തിന്റെ വീട് കണ്ടെത്തിയ കുട്ടിയുടെ ആഹ്ലാദം പൊട്ടിവിരിയും. ദൈവം ലോകത്തോടു സംസാരിക്കുന്ന ഭാഷയിൽ ആഹ്ലാദം നിറഞ്ഞൊഴുകും.

'നാടുകടത്തപ്പെട്ടവരുടെ' എന്ന മലയാളം കിട്ടാൻ സൂനിമ മുനീർ ഏറെനേരം എഴുത്തുമുറിയിലങ്ങോട്ടുമിങ്ങോട്ടും നടന്നു. എഴുത്തുമുറിയിലെ നീലവിരിപ്പിട്ട കിടക്കയിൽ മുട്ടുംകുത്തിയിരുന്ന് തപസ്സ് ചെയ്തു. ഖത്തറിലുള്ള ഭർത്താവ് മുനീറിനെ ഒന്നു വിളിച്ചാലോ എന്നു തോന്നി. മൊബൈലിനു മുന്നിലേക്കു നടക്കുമ്പോൾ ആ വാക്ക് വീണുകിട്ടി, നാടുകടത്തപ്പെട്ടവരുടെ.

ആ നിമിഷം സൂനിമ മുനീറിന് കരച്ചിൽ പൊട്ടി. എഴുത്തുകടലാസിൽ വാക്കുകൾക്കുമുകളിൽ കണ്ണുനീർ പടർന്നു. വേറൊരു രാഷ്ട്രത്തിന്റെ ഭൂപടം കടലാസ്സിൽ ഉണർന്നുവന്നു.

പെട്ടെന്നാണ് കാളിംഗ് ബെല്ലും വാതിലിനുമുകളിലെ ശക്തിയുള്ള ഇടിയുടെ ഒച്ചയും അകത്തേക്ക് കയറിവന്നത്. പരിഭാഷപ്പെടുത്താനാവാത്ത ചില വാക്കുകൾ പോലെ അത് എഴുത്തുമുറിയിൽ വീർത്തുവീർത്തുനിന്നു. സൂനിമ മുനീർ ചാടിയെണീറ്റു. ഓടിവന്നു പുറത്തെ വാതിലിന്റെ തൊട്ടടുത്തുള്ള കർട്ടൻ നീക്കി.

പുറത്ത് അപരിചിതരായ മൂന്ന് മനുഷ്യർ. ഈ രാത്രിയിലും ഭംഗിയായ വേഷം ധരിച്ചവർ. കറുത്ത കുപ്പായത്തിനുമുകളിലെ വെളുത്ത കോട്ട് അവർ ഏതോ ഉന്നതരാണെന്ന് പെട്ടെന്നുതന്നെ തോന്നിപ്പിച്ചു.

വീടിനുപുറത്ത് മുകളിലും താഴെയുമുള്ള സകല വിളക്കുകളും

സൂനിത മുനീർ തെളിയിച്ചു. ഇടതുവശത്തെ മുറിയിൽനിന്ന പെൺമക്കളും ഉണർന്നു. മുറിയുടെ വാതിൽക്കൽ വന്ന് പൊടുന്നനെ നിന്നു. അവരെ നോക്കിച്ചിരിച്ചിട്ട് സൂനിമ മുനീർ വീടിന്റെ വാതിൽ തുറന്നു.

സ്വാഗതം പറഞ്ഞു.

മൂന്ന് അപരിചിതരും അകത്തേക്കു കയറി. അവരിൽ നല്ല ഉയരമുള്ളയാൾ, തടിച്ച ശരീരമുള്ളയാൾ, പക്ഷേ, അയാൾക്കൊരു മെലിഞ്ഞ ശബ്ദമായിരുന്നു. ഒട്ടും പേടിപ്പിക്കാത്ത ശബ്ദം.

"ഞങ്ങൾ രഹസ്യാന്വേഷണവകുപ്പിലെ ഉദ്യോഗസ്ഥരാണ്. ഞാൻ അതിന്റെ ചീഫ് ഇന്റലിജൻസ് ഓഫീസറാണ്." അയാൾ ഐഡന്റിറ്റി കാർഡ് നീട്ടി.

ഒരു കത്തിമുനയിലേക്കെന്നവണ്ണം പരിഭാഷകയും രണ്ടുപെൺകുട്ടികളും ഉത്കണ്ഠയോടെ അതിലേക്കു തുറിച്ചുനോക്കി.

ഒരു ലാറ്റിനമേരിക്കൻ കഥയുടെ പരിഭാഷയാണോ ഈ സന്ദർഭമെന്ന് ഒരുനിമിഷം സൂനിമ മുനീർ സംശയിച്ചുനിന്നു.

"നിങ്ങൾ സൂനിമ മുനീർ...പരിഭാഷക?"

"അതെ, സൂനിമ മുനീർ."

പേരിനെ പരിഭാഷപ്പെടുത്തേണ്ടതില്ലല്ലോ എന്നോർത്ത് സൂനിമ മുനീർ ഉള്ളിന്റെയുള്ളിൽ മന്ദഹസിച്ചു.

"നിങ്ങൾ ഒരു പോളിഷ് കവിത പരിഭാഷപ്പെടുത്തിയതായി ഞങ്ങളുടെ നാഷണൽ ഇന്റലിജൻസ് ചീഫിന് ഒരു പത്തുമിനുട്ടുമുമ്പ് ഒരു ഇ-മെയിൽ സന്ദേശം വന്നു. ഞങ്ങൾക്ക് നിങ്ങളുടെ എഴുത്തുമേശ പരിശോധിക്കണം."

കൂടെയുള്ള രണ്ടുപേർ, അവർ വിജിലൻസ് ഓഫീസർമാർതന്നെ. അവർ എഴുത്തുമേശയ്ക്കരികിൽ എത്തിക്കഴിഞ്ഞു. വാക്കുകൾക്ക് ഒളിസങ്കേതമില്ലല്ലോ- ഏകാന്തപഥികരായ വാക്കുകളെ അവർ കണ്ടെടുത്തു. ഒരു തൊണ്ടിസാധനത്തെയെന്നപോലെ സൂക്ഷ്മതയോടെ അതിനെ പിടിച്ചുയർത്തി, അതവർ തടിയനു കൈമാറി.

തടിയൻ കടലാസിലേക്കുറ്റുനോക്കി. അയാളുടെ കുനിയാൻ വിസമ്മതിക്കുന്ന ശിരസ്സ്. കണ്ണുകൾ ഇറങ്ങിവന്നു. കവിതയെ സ്പർശിച്ചു. "അന്യഭാഷയിൽനിന്നുള്ള പരിഭാഷ ദേശവിരുദ്ധമായ പ്രവൃത്തിയാണ്. രാജ്യദ്രോഹക്കുറ്റത്തിന് നിങ്ങളെ അറസ്റ്റു ചെയ്യണമെന്ന് നിയമം പറയുന്നു."

ചെറിയ ചിരിയോടെയാണ് തടിയനതു പറഞ്ഞത്. നല്ല വാക്കുകളൊന്നുമില്ലാത്ത രാത്രിയാണിതെന്ന് സൂനിമ മുനീറിനു തോന്നി.

അവർക്കൊന്നും പറയാനുണ്ടായിരുന്നില്ല.

പെൺകുട്ടികൾ മുറിയിലേക്ക് അപ്രത്യക്ഷരായി. കട്ടിലിലെ മഞ്ഞുപാളികൾപോലുള്ള കിടക്കയിൽ മുഖമമർത്തി അവർ കരയുന്നുണ്ടാവണം. ഏതു ദേശത്തും സങ്കടങ്ങൾക്ക് ഒരേ ഭാഷയാണ്. ലോകത്തിന്റെ ഭാഷ അതാണ്.

രഹസ്യാന്വേഷണ ഉദ്യോഗസ്ഥന്മാരും സൂനിമ മുനീറും ഇരുട്ടിലേക്ക് ഇറങ്ങിനടന്നു. ഇരുട്ടിന്റെ നിറമുള്ള കാറിന്റെ വെളിച്ചം തെളിഞ്ഞു. പേടിപ്പിക്കുന്ന ശബ്ദത്തിൽ കാർ സ്റ്റാർട്ടായി.

സൂനിമ മുനീറിനെ അത്ഭുതപ്പെടുത്തിക്കൊണ്ട് തടിയൻ മനസ്സിലിട്ട് കുടഞ്ഞ് കുടഞ്ഞ് പരിഭാഷപ്പെടുത്തിയ വാക്കുകൾപോലെ ഇങ്ങനെ പറഞ്ഞു, “ഞങ്ങൾ നിയമത്തിന്റെ വഴിയിലാണ്. ക്ഷമിക്കുക. നിങ്ങൾ വിശുദ്ധമായ ഒരു പ്രവൃത്തിയിലാണ്.”

സൂനിമ മുനീർ തലയുയർത്തി. ചില്ലുജാലകത്തിലൂടെ അവരത് കണ്ടു. രാജ്യത്തിന്റെ അതിർത്തികളിൽനിന്ന് അതിർത്തികളിലേക്ക് ഭാഷ നഗ്നനായ ഒരു സൂഫിയെപ്പോലെ അങ്ങോട്ടുമിങ്ങോട്ടും സഞ്ചരിക്കുകയാണ്. ഭാഷ പരസ്പരം അഭിവാദ്യം ചെയ്യുന്നുണ്ട്. സ്നേഹത്തോടെ തലകുനിച്ച് പരസ്പരം വണങ്ങുന്നുണ്ട്. ഭാഷ, ഭാഷയിൽ പരകായപ്രവേശം ചെയ്യുന്നു. നിഷ്ക്കളങ്കമായ കളി.

മനസ്സിലുണ്ടായിരുന്ന അവസാനത്തെ നാലുവരികൾ ആ നിമിഷം ഒട്ടും ഭയമില്ലാതെ സൂനിമ മുനീർ മനസ്സിൽത്തന്നെ പരിഭാഷപ്പെടുത്തി.

‘അംഗഭംഗം ചെയ്യപ്പെട്ട ഈ ഭൂമിയെ സ്തുതിക്കുക.

ചെറുകിളിക്ക് നഷ്ടമായ ചാരനിറമാർന്ന തൂവലിനെ സ്തുതിക്കുക

കൂട്ടം തെറ്റുകയും അപ്രത്യക്ഷമാവുകയും പിന്നെയും തിരിച്ചുവരികയും ചെയ്യുന്ന ഏകാന്തശാന്തമായ പ്രകാശത്തെ സ്തുതിക്കുക.

പരിഭാഷക ജാലകത്തിനപ്പുറത്തെ രാത്രിയെ നോക്കി മന്ദഹസിച്ചു. രാത്രി കിളിയൊച്ചകളും മഞ്ഞുവീഴ്ചകളും ജലമർമ്മരങ്ങളും ഇലകളുടെ സങ്കടങ്ങളും നിറഞ്ഞ ഭാഷയിൽ പരിഭാഷപ്പെട്ടു.

കടപ്പാട്: ആദം സഗയേവ്സ്കിയുടെ കവിത വിവർത്തനം ചെയ്ത എൻ.ശശിധരനോട്.

(പച്ചക്കുതിര -2020 ജനുവരി)

തോണി തിര ആഴം

ദാരൂട്ടിയുടെ കൈയിൽ വാച്ചൊന്നുമില്ല. എന്നിട്ടും അയാൾ ചെക്കനോട് പറഞ്ഞു, "എണീക്ക് മൂന്നുമണിയായി."

അരമണിക്കൂർമുമ്പ് പപ്പന്റെ വീട്ടിൽനിന്നുള്ള ഒച്ചകേട്ടാണ് അയാൾ ഉണർന്നത്. മെല്ലെ വാതില് തുറന്ന് അയാൾ ഇരുട്ടിലേക്ക് നോക്കി. പപ്പന്റെ മുറ്റത്തും ചേതിയിലും ടോർച്ച് വെളിച്ചത്തിന്റെ നിറവിൽ പോലീസുകാരുടെ നിഴലുകൾ ദാരൂട്ടി കണ്ടു. ചെക്കനുണർന്നോ എന്നയാൾ അകത്തേക്കൊന്നു തിരിഞ്ഞുനോക്കി. ഇമ്മാതിരി പേടിപ്പിക്കുന്ന കാഴ്ചകളൊന്നും ചെക്കൻ കാണണ്ട. ചെക്കനൊന്നു തിരിഞ്ഞുകിടന്നു. ഭാഗ്യം. ഉറക്കത്തിൽതന്നെ. ദാരൂട്ടി വീണ്ടും ഇരുട്ടിലേക്കു നോക്കി.

നാണിയമ്മയുടെ കരച്ചിൽ കേൾക്കുന്നുണ്ടോ? അത്ര പെട്ടെന്നൊന്നും നാണിയമ്മ കരയില്ല. പപ്പനെ നോക്കി പോലീസുകാർ നടക്കുന്നുണ്ടെന്ന് നാണിയമ്മക്കറിയാം. ഞാനൊരു കുപ്പായം എടുത്തുകൊടുക്കട്ടെ എന്റെ മോന് എന്ന് നാണിയമ്മ ചോദിക്കുന്നുണ്ട്. അതൊന്നും വേണ്ട, ഓനൊരു നല്ല കുപ്പായം അവിടെ തുന്നിവെച്ചിട്ടുണ്ടെന്ന് പോലീസുകാരൻ മുറ്റത്തുനിന്ന് ഉച്ചത്തിൽ പറയുന്നുമുണ്ട്.

ഇന്നലെ പെരളശ്ശേരി ടൗണിൽ അടിയന്തരാവസ്ഥക്കെതിരെ ജാഥ നടന്നിരുന്നു. പട്ടാപ്പകൽ, വൈകുന്നേരം. ജാഥക്ക് മുന്നിൽ നിന്നത് പപ്പനായിരുന്നു. മുദ്രാവാക്യം വിളിച്ചുകൊടുത്തതും അവൻതന്നെ. നാണിയമ്മ കുപ്പായവും പിടിച്ച് പോലീസുകാരുടെ പിറകെ ഓടുന്നുണ്ട്. 'നിങ്ങള് പോയി ഉറങ്ങിക്കോ പെണ്ണുങ്ങളേ' എന്നു പോലീസുകാരിലെ ഒരു പാവം പറയുന്നുമുണ്ട്. നാണിയമ്മ വിട്ടില്ല. പപ്പന്റെ കയ്യില് അതേൽപ്പിച്ച് അവർ മടങ്ങുന്നതും പപ്പൻ ഷർട്ടിടുന്നതും ടോർച്ച് വെളിച്ചത്തിന്റെ നേർവരകൾക്കിടയിലൂടെ ദാരൂട്ടി കാണുന്നുണ്ട്. പോലീസും ടോർച്ച് വെളിച്ചവും ഇടവഴി കേറി മറഞ്ഞപ്പോ, ഭൂമി ഇരുട്ടിലായി. ഇപ്പോൾ നാണിയമ്മ വിതുമ്പിക്കരയുന്നത് ദാരൂട്ടിക്ക് കേൾക്കാം. അയാൾ വാതിലടച്ചു.

ഇന്ന് ചെക്കനെയും ദാരൂട്ടി കൂടെ കൂട്ടുന്നുണ്ട്. ഓന്റെ ഒരു ആഗ്രഹ

മാ. അച്ഛന്റെ തോണിയിൽ രാത്രി പോകണം. പുലരുമ്പം മേലൂര് എത്തും. മേലൂരിൽനിന്ന് തലശ്ശേരി ബസ്സ് കയറി കൊടുവള്ളി ഇറങ്ങണം. കൊടുവള്ളി വീനസ് ടാക്കീസിൽനിന്ന് ഒരു സിനിമ കാണണം. ഇതുവരെ ചെക്കൻ സിനിമ കണ്ടിട്ടില്ല.

പുഴയിൽ ആകാശത്തിന്റെ വെളിച്ചമുണ്ട്. ആകാശത്തിന്റെ വെളിച്ചത്തിൽ പുഴ ചിരിക്കുന്നുണ്ട്. തോണിയിൽ നിറയെ ഓലക്കെട്ടുകളാണ്. തോണി നിറഞ്ഞ വയറുള്ള ഒരു ഗർഭിണിയെപ്പോലെ ആകാശം നോക്കി കിടന്നു. മേലൂരിലേക്ക് മേടം, ഇടവം, മിഥുനം മാസങ്ങളിൽ ദാരൂട്ടി എല്ലാ രാത്രിയും ഓലക്കെട്ടുകളുമായി തോണി തുഴയും. ധർമ്മടത്തെയും മേലൂരിലെയും അണ്ടലൂരിലെയും മുഴപ്പിലങ്ങാട്ടെയും പുരകൾ, ടാക്കീസുകൾ, പീടികകൾ കെട്ടിമേയുന്നതിനാണ് ഈ ഓലകളുടെ രാത്രിസഞ്ചാരം.

ഓലകൾ ഒതുക്കിവച്ച് ദാരൂട്ടി, ചെക്കന് കിടക്കാനൊരു സ്ഥലമുണ്ടാക്കി. തോണി മറിഞ്ഞാൽ ചെക്കൻ പുഴയിൽ വീഴരുത്. കരയിൽ നിൽക്കുന്ന ചെക്കന്റെ കൈ തോണിയിൽനിന്ന് എത്തിപ്പിടിച്ച് തോണി കരയോടടുപ്പിച്ചുവച്ച് അയാളവനെ ഓലക്കിടക്കയിൽ കിടത്തി. അയാൾ ആകാശവെളിച്ചത്തിൽ തോണിക്കൊമ്പിൽനിന്ന് ചല്ലം കുത്തി. തോണി കര വിട്ടു. ചെക്കൻ ആകാശം നോക്കി കിടന്നു. ചെക്കന്റമ്മ വാതിലടയ്ക്കുന്നത് അയാൾ പുഴയിൽ കേട്ടു.

ചല്ലം പുഴയിൽ കുത്തുമ്പോൾ, ജലം കരയുന്നുണ്ട്. അപ്പോൾ അയാൾ നാണിയമ്മയുടെ അധികം ഒച്ചയില്ലാത്ത കരച്ചിലിനെ ഓർമ്മിച്ചു. അത് മറക്കാൻ അയാൾ ചെക്കനോട് ചോദിച്ചു.

"നിനക്കൊറക്കം വരുന്നില്ലേ?"

"ഇല്ലച്ഛാ. ഞാൻ നക്ഷത്രങ്ങൾ എണ്ണുകയാണ്."

പപ്പൻ ജയിലിൽ പോയാൽ നാണിത്തള്ളയ്ക്ക് ആരുമില്ല.

അങ്ങുന്നുമിങ്ങുന്നും പാത്തും പതുങ്ങിയും പാർട്ടിക്കാര് വരുമായിരിക്കും. അവർക്കതുതന്നെയല്ലേ പണി.

"എത്രയെണ്ണം ഉണ്ട് നക്ഷത്രങ്ങള്?"

"എണ്ണിത്തീരുന്നില്ലച്ഛാ.'

നക്ഷത്രങ്ങളുടെ ഇളം ചുകന്ന വെളിച്ചത്തിൽ പുഴ തിളങ്ങി. ദാരൂട്ടി എന്തു ഭംഗിയിലാണ് തോണി തുഴയുന്നത്. ഇപ്പോൾ ചല്ലം മാറ്റി കുത്തുന്ന ഒച്ച പോലുമില്ല. പുഴയും തോണിയും ഓലക്കെട്ടുകളും ആകാശവും നക്ഷത്രവും ജലമർമ്മരവുമില്ലാത്ത ഏതോ ഏകാന്തമായ സ്ഥലത്ത് കണ്ണുതുറന്ന് ഉറങ്ങുന്നതുപോലെ ചെക്കന് തോന്നി.

പെട്ടെന്നുതന്നെ, ജലത്തിൽ ചല്ലം ആഞ്ഞുകുത്തുന്ന അച്ഛന്റെ ചിരി

ക്കാത്ത മുഖത്തിലേക്ക് ചെക്കൻ തിരിച്ചുവന്നു. പിന്നെ തോണിയുടെ ഒരു വൃത്തികെട്ട ഗമ ചെക്കനെ വെറുപ്പിച്ചു. ഓലക്കെട്ടുകൾ, തോണിക്കുള്ളിൽ ഒളിച്ചുനിന്ന പോലീസുകാരുടെ തൊപ്പിപോലെ ചെക്കനു തോന്നി.

"എന്തിനാ അച്ഛാ മോന്തിക്ക് അങ്ങട്ടേല് പോലീസുകാര് വന്നത്?"

ദാരൂട്ടി വളരെ പതുക്കെയാണ് ആ ചോദ്യത്തിന്റെ നനവിൽ ചല്ലം കുത്തിയത്. ഓളങ്ങളിളകരുത്. ജലമറിയരുത്. ആകാശത്ത് നിറയെ രഹസ്യപ്പോലീസുകാരുടെ കണ്ണുകളുണ്ട്. അയാൾ ഭയത്തോടെ പുഴയിലെ ഇരുട്ടിനെ നോക്കി. ഒച്ചയില്ലാതെ ദാരൂട്ടി പറഞ്ഞു, 'നീ ഉറങ്ങിക്കോ.'

ഉറക്കം ഞെട്ടിയപ്പോ ചെക്കനാകാശം കണ്ടില്ല. നേരം ശരിക്കും പുലർന്നിട്ടുമില്ല. അച്ഛനെ തോണിക്കൊമ്പത്ത് കാണുന്നുമില്ല. ചെക്കന്റെ മനസ്സ് കലങ്ങി. തോണി കരയിലെ തെങ്ങോട് കെട്ടിയിട്ടുണ്ട്. കണ്ടൽമരത്തിന്റെ ഇലകൾ ആകാശം കാണരുതെന്ന് ചെക്കനോട് പറയുന്ന നേരത്ത് അച്ഛൻ കരയിലെത്തി.

"അച്ഛനീടയുണ്ട്. നീ പേടിച്ചുപോയോ?"

അച്ഛന്റെ കൂടെ ഒരു പെണ്ണുങ്ങള്. പെണ്ണുങ്ങൾക്ക് അമ്മയുടെ അത്ര ഭംഗിയില്ലെന്ന് ചെക്കന് തോന്നി. എന്നാലും ഈ രാത്രി തീരുന്ന വെളിച്ചത്തിൽ വേറെന്തോ ഒരു സൗന്ദര്യം അവർക്കുണ്ട്.

ദാരൂട്ടി പെണ്ണുങ്ങളോട് പറഞ്ഞു.

"ഓനൊരു സിനിമ കാണണമത്രെ. നീ ഇതിനുമുമ്പ് അവനെ കണ്ടിട്ടില്ലല്ലോ. ഞാൻ പറഞ്ഞുകേട്ട അറിവല്ലേ ഉള്ളൂ."

പെണ്ണുങ്ങള് ചെക്കനെ നോക്കി ചിരിച്ചു. എന്നിട്ട് അയാളോട് പറഞ്ഞു, "ഇത് ഓന് കൊടുത്തോ. രാവിലത്തെ ചായക്ക് കൂട്ടാനാ. നമ്മളെ പറമ്പത്തെ മൈസൂർ പഴാ."

കയറൂരി തുഴയാൻ തുടങ്ങുമ്പോ ചല്ലം ആഞ്ഞുകുത്തി ദാരൂട്ടി പറഞ്ഞു. പുഴപോലും കേൾക്കാത്ത ഒച്ചയിൽ ഭയം നിറഞ്ഞുനിന്നു.

"പപ്പനെ പോലീസ് പിടിച്ചു. ഞങ്ങളിങ്ങ് കേറാൻ തോണി തേരുന്നേനും തൊട്ടുമുമ്പ്."

കരയിലെ പെണ്ണുങ്ങളുടെ കണ്ണിലെ നക്ഷത്രം കെട്ടു. അവരുടെ ഒരു വേവലാതി ചെക്കൻ കണ്ടു.

"നിങ്ങള് നാണിയമ്മേനെ കാണാൻ പോയില്ലേ." പെണ്ണുങ്ങൾക്ക് കരച്ചില് വന്നപോലെ ചെക്കന് തോന്നി.

"അതെങ്ങനെയാ എനക്ക് പുലരുമ്പം മേലൂരെത്തണ്ടെ. അതിലിടക്ക് നിന്നെ കാണണ്ടേ."

വിത്തിന്റെയോ വൃക്ഷത്തിന്റെയോ ഓർമ്മ

പുഴ അനങ്ങാതെ കിടന്നുകൊടുക്കുന്നുണ്ട്, തോണിക്ക് കുതിക്കാൻ. ആഴങ്ങളുടെ സങ്കടങ്ങളോ തിരകളുടെ സംഘർഷങ്ങളോ - തോണി ഒന്നുമറിയുന്നില്ല. അയാൾ ആഞ്ഞുവലിഞ്ഞു കുത്തി. ജലത്തിൽ ചോര പൊടിയുന്നത് ഇരുട്ടിൽ ആരും കാണുന്നില്ല.

പപ്പനെ പോലീസ് പിടിച്ചൂന്ന് അച്ഛൻ പറഞ്ഞപ്പോ പെണ്ണുങ്ങളുടെ മുഖമെന്തിനാ ചല്ലംകുത്തി നോവിച്ച പുഴയെപ്പോലെ വേവലാതിപ്പെട്ട തെന്ന് നിരീച്ച് ചെക്കനുറങ്ങിപ്പോയി. മേലൂരെ പുഴയിൽ നേരം വെളുക്കുമ്പോൾ അച്ഛനവനെ തൊട്ടുവിളിച്ചു. ചെക്കനുണർന്നു. അച്ഛൻ തോണി കരയ്ക്കു കെട്ടി. എന്തൊരു വെളുപ്പാണ് ഭൂമിക്കും പുഴക്കും. അച്ഛൻ തോണിയിലേക്ക് രണ്ട് കൈയും നീട്ടി. അയാളവനെ വെള്ളം തൊടാതെ കരയിലെ പൂഴിമണലിലെത്തിച്ചു.

കണ്ടൽമരങ്ങളുടെ ഇലകളുടെ പച്ചയിലേക്കും വാടിയ മഞ്ഞയിലേക്കും അച്ഛനും മകനും നടന്നു.

'ഇവിടെ എവിടെയെങ്കിലുമിരുന്നോ' എന്നു പറഞ്ഞ് അച്ഛൻ ഒന്ന് മാറി മറഞ്ഞു. പിന്നെ അവർ രണ്ടുപേരും ചെറിയ നേരം അപ്രത്യക്ഷമായി.

രണ്ട് ഭൂഖണ്ഡങ്ങളിൽ നിന്നെന്നപോലെ അവർ തിരിച്ചുവന്നു. ഓലച്ചുമരുകളുള്ള ചെറിയ ചായപ്പീടിക. പാലിന്റെ നിറമുള്ള മുണ്ടുടുത്ത വൃത്തിയുള്ള ഒരാൾ ചായ പാരുന്നു. ചെറിയ ബെഞ്ചിൽ അച്ഛനെപ്പോലത്തെ ഒരാളും പിന്നൊരാളും. അടുപ്പ്, ചെറിയ ചെമ്പ്, ചാനത്തട്ട്, കുറെ ഗ്ലാസുകൾ, കൈ കഴുകാനുള്ള വെള്ളംവച്ച നീല ബക്കറ്റ്, കറുത്തതും ചുകന്നതുമായ അക്കങ്ങളും കള്ളികളുമുള്ള പി.കെകൃഷ്ണന്റെ കലണ്ടർ, ഇളം ചുകന്ന മിക്സചറിട്ട കുപ്പി, മഞ്ഞ ഓമപ്പൊടി, തവിട്ടുനിറമുള്ള അവിൽ, പിട്ട്, പിട്ടിന്റെ കുറ്റി. തീയിൽ കാണിച്ച് വാട്ടിയ വാഴയില, വാട്ടിയ വാഴയിലയുടെ മണം, ആവിയുടെ നൃത്തം, സകലതിനും എന്തൊരു ഭംഗിയാണ്. ചെക്കന് ചായപ്പീടികക്കാരനോട് വല്ലാത്ത സ്നേഹം തോന്നി. ആവിവലയമുള്ള വെളുവെളുത്ത പിട്ടിന്റെ പ്രകാശംപോലെ ഇളംപ്രഭാതം പുഴയിലും കരയിലും നിന്നു ചിരിച്ചു.

ദാരൂട്ടി വിളിച്ചുപറഞ്ഞു, 'അച്ചുകാർന്നോരെ, രണ്ട് ചായ. രണ്ടാൾക്കും പിട്ടും കടലേം'

അച്ചുകാർന്നോർ ചെക്കനെ ആകെയൊന്നു നോക്കി. ദാരൂട്ടിയെ പുഴവെള്ളത്തിൽ കാണുന്നതുപോലെ ചെക്കൻ.

"ചെക്കന് വീനസീന്ന് സിനിമ കാണണം.'

ഉയരത്തിലേക്കുയർത്തിപ്പിടിച്ച സ്റ്റീൽപാത്രത്തിൽനിന്ന് താഴെ ഇടതുകൈകൊണ്ട് പിടിച്ച സ്റ്റീൽപാത്രത്തിലേക്ക് നൂലുപോലൊരു പുഴ ഒഴു

കി. ചെക്കൻ ചായ പാരുന്നതിന്റെ ഭംഗി ആസ്വദിച്ചു.

അതിനിടയിൽ അച്ചുകാർന്നോർ പറഞ്ഞു.

"പെരളശ്ശേരിയിലും പിണറായിയിലും പോലീസുകാർ കേറി നിരങ്ങുന്നൂന്ന് കേട്ടല്ലോ. നമ്മളെ പപ്പനെ ഇന്നലെ പോലീസ് പിടിച്ചത്രെ. നിന്റെ അങ്ങട്ടേലെല്ലെ പപ്പൻ. നീയൊന്നും അറിഞ്ഞില്ലേ?"

ദാരൂട്ടി അതു കേട്ടു. പുരേന്നെറങ്ങിയ മോന്തിസമയം അയാളെയോന്നോർത്തു. പിന്നെ, ഓർമ്മയുടെ ആഴങ്ങളിൽനിന്ന് ചല്ലം വലിച്ചെടു ത്തു. അയാൾ വേറൊരു സ്ഥലത്ത് കുത്തി.

"അച്ചുകാർന്നോരെ, വീനസിലെന്താ സിനിമ?"

അച്ചുകാർന്നോർ പപ്പനെ ഓർമ്മിക്കുകയായിരുന്നു. കഴിഞ്ഞ ശനിയാഴ്ച പുഴക്കരയിലൂടെ അയാൾ വന്നു. ഒരു ചായ വേഗം പാര് കാർന്നോരെന്ന് പറഞ്ഞു. വേഗം ചായപാർന്നു. കടിയൊന്നും വേണ്ടേന്ന് കാർന്നോർ ചോദിച്ചു.

"വിശക്കുന്നൊന്നും ഇല്ല. എന്നാലും അച്ചുകാർന്നോരുടെ ചായക്ക കുടിക്കാണ്ട് മേലൂര് വിടാൻ പറ്റൂലാ. ഇപ്പോ ഒരു പ്രകടനംണ്ട്. അടിയന്തരാവസ്ഥക്കെതിരെ. അതു നടക്കാതിരിക്കരുത്."

പിന്നെ കാർന്നോരുടെ മുഖത്ത് നോക്കി നല്ല ചിരിയോടെ പപ്പൻ പറഞ്ഞത് ഓർമ്മയുണ്ട്.

"അസ്സല് ചായ. നല്ല സ്നേഹോള്ള ചായ"

ഒരു പ്രതിഷേധ പ്രകടനത്തിന്റെ ആൾരൂപം പോലെ പപ്പനിറങ്ങിപ്പോയി. കാർന്നോര് അച്ചനോട് പറഞ്ഞു.

"ഓരോന്ന് കേക്കുമ്പം സിനിമേം പാട്ടൊന്നും മനസ്സില് നിക്കുന്നില്ല. നീ ആടപ്പോയി നോക്ക്."

വാക്കുകൾ കടുപ്പം ചേർത്ത് പാർന്ന ചായപോലെ ഇരുണ്ടു. വീനസ് ടാക്കീസിൽ വലിയ തിരക്കൊന്നും ഉണ്ടായിരുന്നില്ല. മേലൂരിൽനിന്ന് ബസ്സ് കയറി കൊടുവള്ളിയിലെ ടാക്കീസിനു മുന്നിലിറങ്ങുമ്പോൾ ദാരൂട്ടിക്ക് എന്തോ ഒരു പരിഭ്രമം തോന്നി. റോഡിലൊന്നും ആളില്ല. ഒറ്റയൊറ്റ ആളുകൾ ധൃതിപ്പെട്ട് റോഡ് മുറിച്ചും ഒറ്റപ്പീടികയിൽനിന്ന് സാധനങ്ങൾ വാങ്ങിയും കടന്നുപോകുന്നുണ്ട്.

ഇടയ്ക്കിടക്ക് ഓരോരോ ആളുകൾ വീനസ് ടാക്കീസിലേക്ക് കയറി വരുന്നുണ്ട്. ദാരൂട്ടിയും ചെക്കനും പതിനൊന്ന് ഉറുപ്പികയുടെ ബാക്കിലെ സീറ്റിലാണ് ചെന്നിരുന്നത്. ഇവിടെയിരുന്നാൽ റീല് തിരിയുന്ന ഒച്ച കേൾക്കാം. കഥാപാത്രങ്ങൾ തിരശ്ശീലയിലേക്ക് നടന്നുപോകുന്ന വെളിച്ചത്തിന്റെ പുഴ കാണാം. സിനിമ തുടങ്ങാനാവുമ്പോൾ പുറത്ത് പാട്ട്

നിർത്തും. ടാക്കീസിനകത്ത് രണ്ട് പാട്ടുകൾ പാടും. 'താമരക്കുമ്പിളല്ലോ മമ ഹൃദയം' കഴിഞ്ഞാൽ വെളിച്ചം കെടും. പിന്നെ സിനിമ. അപ്പോഴാണ് കുറെ കുട്ടികൾ വന്നുകയറിയത്. ഒരുമിച്ചെന്ന പോലെ എല്ലാ വാതിലുകളും കടന്ന് അവർ ഇരുട്ടിൽ ടാക്കീസിലേക്ക് ഒച്ചയുണ്ടാക്കാതെ വന്നു.

കുട്ടികൾ ഒച്ചയുണ്ടാക്കാതെ വരുന്നതും നല്ല ലക്ഷണമല്ല.

സിനിമ തുടങ്ങി. പകിടൈ രങ്കനാണ് സിനിമ. ജയശങ്കറാണ് പകിടൈ രങ്കൻ. നിശ്ശബ്ദരായി കുട്ടികൾ ഇരുന്നുകഴിഞ്ഞു.

ഒരു കാട്ടുപ്രദേശം. കുതിരക്കുളമ്പടിയൊച്ച. കുതിര കുതിച്ചുവരുന്നുണ്ട്. രാജകുമാരനെപ്പോലെ ജയശങ്കർ, പകിടൈ രങ്കൻ.

നിലത്തിരുന്ന് സിനിമ കാണുന്ന കുട്ടികളെയാണ് ചെക്കൻ ഓർമ്മിച്ചത്. അവർക്ക് പകിടൈ രങ്കനെ തൊടാം. അവിടെയിരുന്ന് സിനിമ കാണണമായിരുന്നെന്ന് ചെക്കന് കൊതി തോന്നി. ഈ അച്ഛന്റെ ഒരു പത്രാസ് ടിക്കറ്റ്.

തമിളൊന്നും അവന് മനസ്സിലാവില്ല. ദാരൂട്ടിക്കും മനസ്സിലാവില്ല. കാട്ടുപാതകളും നീർച്ചാലുകളും ഇരുണ്ട പച്ചപ്പുകളും കുതിരയുടെ തീക്ഷ്ണമായ നോട്ടവും കാട്ടുചോലയുടെ തീരത്തിലൂടെ ഒന്നിച്ചുവന്ന് നൃത്തം ചെയ്യുന്ന പെണ്ണുങ്ങളും. അതൊക്കെ അവന് മനസ്സിലാകുന്നുണ്ട്.

പെട്ടെന്നാണ് മുന്നിൽ നിലത്തിരിക്കുന്ന കുട്ടികളിലൊരാൾ എണീറ്റുനിന്ന് പിറകിലേക്ക് നോക്കി ഉച്ചത്തിൽ പറഞ്ഞത്.

"അടിയന്തരാവസ്ഥ അറബിക്കടലിൽ."

5.40 ന്റെയും 7.50ന്റെയും 11 ന്റെയും സീറ്റിലിരുന്ന കുട്ടികൾ അതേറ്റു വിളിച്ചു.

തിരശ്ശീല കത്തുന്നതുപോലെ കുട്ടികളുടെ ഒച്ച ടാക്കീസിൽ പടർന്നു. കാട്ടുപാതയിലൂടെ ഉയരത്തിൽ കൈകളുയർത്തി, ഉച്ചത്തിൽ കരയുന്ന കുട്ടികൾ നടന്നുനീങ്ങുന്നതായി ദാരൂട്ടിക്ക് തോന്നി. അയാൾ ഇരുട്ടിൽ ചെക്കന്റെ കൈ പിടിച്ചു. ചെക്കൻ രണ്ട് സിനിമകൾ കാണുന്നതുപോലെ കൗതുകത്തോടെ തിരശ്ശീല വെളിച്ചത്തിലേക്കും ടാക്കീസിലെ ഇരുട്ടിലേക്കു മാറിമാറിനോക്കി.

പപ്പേട്ടന്റെ ഒച്ചയാണ് കുട്ടികൾക്കെന്ന് ചെക്കന് തോന്നി.

കുട്ടികൾ കുറച്ചുനേരംകൂടി അതുതന്നെ വിളിച്ചുപറഞ്ഞു. ടാക്കീസ് വിറച്ചു.

ഇരുട്ട് നിറയെ കുതിരക്കുളമ്പടിയൊച്ചകൾ നിറഞ്ഞു.

കുട്ടികൾ ഇരുന്നു. സിനിമ തുടരുന്നുണ്ട്. തിരശ്ശീലയിൽനിന്ന് ആരും

ഒന്നും പറയുന്നില്ല. ജയശങ്കർ തിരശ്ശീലയിലില്ല. ഇപ്പോൾ പെണ്ണുങ്ങൾ വീണ്ടും നൃത്തം ചെയ്യാൻ തുടങ്ങിയിരിക്കുന്നു. ദാരൂട്ടിക്ക് സമാധാന മായി.

ടാക്കീസിന്റെ എട്ടുവാതിലുകൾ ഒന്നിച്ചാണ് തുറന്നത്. പോലീസു കാരാണ്- പോലീസുകാർ തന്നെ. ആരോ വെളിച്ചമിട്ടു. സിനിമ നിന്നു.

അവർ കുട്ടികളുടെ കൈയിൽ കയറിപ്പിടിച്ചു.

വീണ്ടും അതുയർന്നു, "അടിയന്തരാവസ്ഥ അറബിക്കടലിൽ."

പതിനൊന്നിന്റെ രണ്ടു വാതിലുകളിലൂടെയും കയറിവന്ന പോലീ സുകാർ നേരെ ദാരൂട്ടിയുടെയും ചെക്കന്റെയുമടുത്തേക്ക്. പോലീസു കാരൻ ചെക്കന്റെ കൈയിൽ കേറി അമർത്തി.

പതുക്കെ പറഞ്ഞു."വാ..."

പോലീസുകാരും ചെക്കനും വാതിലിനുനേരെ നടന്നു. കുട്ടികളും പോലീസുകാരും തിരശ്ശീലയിൽ നിന്നെന്നപോലെ അപ്രത്യക്ഷരായി.

കാണാത്ത ആഴങ്ങളിലേക്ക് ചല്ലം കുത്തുന്ന തോണിക്കാരനെപ്പോ ലെ അയാൾ വേവലാതിപ്പെട്ടു. അയാളുടെ കൈകളിൽനിന്നും ചല്ലം നദിയിലേക്ക് ഉയർന്നുവീണു.

(ദേശാഭിമാനി വാരിക 2018 ജൂലായ് 22)

വിത്തിന്റെയോ വൃക്ഷത്തിന്റെയോ ഓർമ്മ

ഒന്ന്

"അമ്പതുവയസ്സിൽ ഇത് അപൂർവ്വമാണ്. ഓർമ്മകളെ പൂപ്പലുകൾ വന്നുമൂടിക്കഴിഞ്ഞു. മരുന്നുകൾക്ക് പ്രതിരോധിക്കാനാവാത്തവിധം അത് മുന്നേറിക്കഴിഞ്ഞു. അവസാനത്തെ ഓർമ്മകളും പിന്നെ ജീവനും തീരും വരെ ഈ മനുഷ്യനെ സ്നേഹിച്ച് യാത്രയാക്കുക."

ഡോക്ടർ സനീഷ്, അനിൽ കേൾക്കാതെയാണ് കൂടെ വന്ന റീത്തയുടെ സഹോദരൻ മനോജിനോട് പതിഞ്ഞ ഒച്ചയിൽ ഇങ്ങനെ പറഞ്ഞത്. ഡോക്ടർ ഒന്നുകൂടി കൂട്ടിച്ചേർത്തു.

"സ്നേഹമാണ് പ്രധാനം. ഓർമ്മകളെ മായ്ച്ചുകളയുന്ന ദൈവം തോറ്റുപോകുന്നത് ഈ സ്നേഹസ്പർശത്തിന്റെ മുന്നിലാണ്."

ഡോക്ടർ സനീഷ് ഇങ്ങനെ പറയുമ്പോൾ അനിലിന്റെ കണ്ണ് ഡോക്ടറുടെ കസേലയുടെ പിറകിൽ തലയ്ക്കും അല്പം ഉയരത്തിൽ വെളുത്ത ചുമരിൽ നിഷ്ക്കളങ്കമായി ചിരിക്കുന്ന ആ ഫോട്ടോയിലായിരുന്നു. കസേലപ്പിടിയിൽ കൈകുത്തി എഴുന്നേറ്റ് ഡോക്ടറെയും ഫോട്ടോയെയും മാറിമാറി നോക്കി ഫോട്ടോവിന്റെ താഴെ എഴുതിയത് അവൻ വായിച്ചു.

"എന്റെ ജീവിതമാണ് എന്റെ സന്ദേശം."

'മഹാത്മാഗാന്ധി'

അനിൽ ഡോക്ടറെ ഓർമ്മിപ്പിച്ചു.

വേദന നിറഞ്ഞ ചെറിയ അത്ഭുതത്തോടെ ഡോക്ടർ അവന്റെ മുഖത്തുതന്നെ കണ്ണുകൾ തറപ്പിച്ചു. മറവിയുടെ അഗാധമായ കയങ്ങളിൽനിന്ന് മഹാത്മാഗാന്ധിയെ ഓർമ്മിച്ചെടുക്കുന്ന അനിലിന്റെ മനസ്സിലേക്കാണ് ഡോക്ടർ എത്തിനോക്കിയത്.

ജില്ലാആശുപത്രിക്കു സമീപമുള്ള ടാക്സി സ്റ്റാന്റിലെ കെ.എൽ 13 1959 എന്ന നമ്പറുള്ള കാറിന്റെ ഡ്രൈവറായിരുന്നു അനിൽ. കണ്ണൂർ ശ്രീനാരായണ കോളേജിൽനിന്ന് മലയാളത്തിൽ ഡിഗ്രി. പി.ജിക്കൊന്നും പോയില്ല. നല്ല വായനക്കാരനും നല്ല കലാസ്വാദകനും നല്ല ഡ്രൈവ

റും. ആശുപത്രി മണക്കുന്ന ടാക്സി സ്റ്റാന്റിൽ ട്രിപ്പില്ലാത്ത സമയത്ത് അനിൽ പുസ്തകങ്ങൾ വായിച്ചു. രോഗികളോടും കൂട്ടുനിൽക്കുന്നവരോടും സംസാരിക്കുമ്പോൾ അവൻ കഥകളിൽനിന്നും നോവലുകളിൽനിന്നും ആത്മവിശ്വാസം നൽകുന്ന ജീവിതസന്ദർഭങ്ങൾ തപ്പിയെടുത്ത് ആശ്വസിപ്പിച്ചു.

ടാക്സി സ്റ്റാന്റിലെ ഫ്രൂട്സ് കടയിലെ സ്റ്റൂളിലിരുന്ന് ട്രിപ്പില്ലാത്തപ്പോൾ വായനയുണ്ട്. 'ഇത്രയും കനം കുറഞ്ഞതാണോ നിങ്ങളുടെ ഓർമ്മയുടെ ചരട് ' എന്ന് നോവലിൽ മീന പ്രേമിനോട് ചോദിക്കുന്ന സന്ദർഭത്തിലാണ് അപരിചിതനായ ഒരാൾ ജ്യൂസിനു വന്നത്. ആനന്ദിന്റെ 'ആൾക്കൂട്ട'മായിരുന്നു വായിക്കുന്നത്. തട്ടിൽ ചെരിച്ചുവച്ച ഒരു ഫ്രൂട്ടിന്റെ പേരും അതുകൊണ്ടുള്ള ഷേക്കിന്റെ പേരും അനിലിന് ഓർമ്മ വന്നില്ല. അബ്ദുൾ വഹാബ് കടയിലില്ലാത്ത നേരത്ത് ജ്യൂസും ഷേയ്ക്കും അവനടിക്കാറുണ്ട്. ആനന്ദ് പറയുംപോലെ പറഞ്ഞാൽ പഴവും പഞ്ചസാരയും പാലും അനാറും മിക്സിയിൽ കുഴഞ്ഞുമറിയുമ്പോൾ ചതഞ്ഞരഞ്ഞുപോകുന്നത് ഓർമ്മയാണ്. ഒരു വിത്തിന്റെയോ വൃക്ഷത്തിന്റെയോ ഓർമ്മ.

'ചിക്കു' എന്ന് ഷേയ്ക്ക് കഴിക്കാൻ വന്നയാളാണ് ഉച്ചത്തിൽ പറഞ്ഞത്. ആകാശത്ത് നിന്നു പൊട്ടിവീണതുപോലെ ഇത് ഓർമ്മയുടെ കൊമ്പിലാണ് തങ്ങിനിന്നത്. അനിലിന്റെ ഇഷ്ട ഷെയ്ക്കും അതായിരുന്നു. ആപ്പിൾ, ഓറഞ്ച്, മുന്തിരിങ്ങ- ഓർമ്മയുടെ കൊമ്പുകൾ ചാടിമറഞ്ഞിട്ടും അനിലിന് ആ പഴത്തിന്റെ പേര് കിട്ടിയില്ല. ഓർമ്മയിൽ ഒരു ക്ലൂവുണ്ട്. ചെറുതാണത്. അടുക്കളപ്പുറത്തെ മണ്ണിന്റെ നിറമാണതിന്. ഓർമ്മയുടെ വൃക്ഷത്തിൽനിന്ന് ഒരു കായ അടർന്നുവീണുകഴിഞ്ഞു.

ആളുകളുടെ പേരുകൾ, സ്ഥലനാമങ്ങൾ, കിലോമീറ്റർ ചാർജ്ജ്, ഹോട്ടലിന്റെ പേര്, മഴ വന്നാൽ കൈയിൽ തുറന്നു പിടിക്കുന്ന അത്, അതിന്റെ നിറം ഓരോരോന്നോരോന്നായി അനിൽ മറന്നുതുടങ്ങി. കാറോടിക്കുമ്പോൾ അകന്ന് ഇല്ലാതാകുന്ന ഇടങ്ങൾ പോലെ, കാഴ്ചകൾപോലെ എല്ലാം പിറകോട്ട് വലിഞ്ഞുതുടങ്ങി. രാവിലെ പല്ലുതേക്കണം. ഓർമ്മയുണ്ട്. പേസ്റ്റിന്റെ പേര് ഓർമ്മയില്ല. ഉമിക്കരി എന്നു കിട്ടുന്നുണ്ട്. ടോയ്‌ലറ്റ് എന്ന വാക്ക് കാറിന്റെ ചിതറിപ്പോയ ചില്ലുകൾ പോലെ. വെള്ളം തലയിലൂടെ ശരീരത്തിൽ ഒഴിക്കണം. അങ്ങനെ ചെയ്യുന്ന പ്രവൃത്തിയുടെ പേരെന്താണ്?

പെങ്ങളുടെ മകളെ നിന്റെ മോള് എന്നുവിളിച്ചു. 'ഞാൻ അപർണ, അമ്മാമന് ഓർമ്മയില്ലേ എന്റെ പേര്' എന്നവൾ ചോദിച്ചപ്പോൾ അയാൾ

തമാശ കേട്ടതുകണക്കെ ചിരിച്ചു. ഞാനൊന്നും മറന്നിട്ടില്ല എന്നു പറയുന്നതിനു പകരമുള്ള പറ്റിച്ച ചിരി.

കാറോടിച്ച് കാറോടിച്ച് നേരം പുലർന്നിട്ടും എത്താത്ത ദേശംപോലെ ചില വാക്കുകൾ, ചില ദൃശ്യങ്ങൾ, ചില ജീവിതങ്ങൾ.

ബാങ്കിലേക്കുള്ള വഴി മറന്നു. ഫിക്സഡ് ഡിപ്പോസിറ്റിന്റെ അത്. അത് മനസ്സിൽ വരുന്നില്ല. അതായിരുന്നു എല്ലാ മാസവും ഒരാശ്വാസം, എല്ലാ മാസവും ചെറിയ തുകയാണ് അത് പിൻവലിക്കാറുണ്ട്. അത് ബാങ്ക് അധികം തരുന്നത്. അതിന്റെ പേരാണ് മറന്നത്? ഡോക്ടർ എന്തിനാണ് കാറോടിക്കരുത് എന്ന് പറഞ്ഞത്?

മോളുടെ പേര് മിയ. അവളുടെ അമ്മയുടെ പേര് റീത്ത.

ഇനി ആരുടെ പേരും അന്വേഷിക്കരുത്. ചില പേരുകളാണ് കാറിന്റെ നമ്പർ മറച്ചുവച്ചതുപോലെ പെട്ടെന്ന് മറന്നുകളഞ്ഞത്.

റീത്തയോടുതന്നെ മുഖത്ത് നോക്കി പറഞ്ഞു, 'ഇരിക്ക്. റീത്ത വന്നാൽ നിങ്ങൾക്ക് ചായ തരാം. അവൾ, (ഒന്നാലോചിക്കാൻ നിർത്തി-കറുത്ത പാലിന്റെ പാട) വാങ്ങാൻ പോയതാണ്.'

"ഞാനല്ലേ റീത്ത?"

റീത്തയ്ക്ക് സങ്കടം പൊട്ടിയൊലിച്ചു. ആ നേരം അനിലിന് കള്ളച്ചിരി പൊട്ടി.

സ്മൃതിനാശത്തിന്റെ ഈ ദിവസങ്ങളിലാണ് അനിലിന്റെ മകൾ മിയയ്ക്ക് വിവാഹാലോചന വന്നത്. ശ്രാവൺ, പെണ്ണു ചോദിച്ചുവന്നു. മിയയ്ക്ക് ഇഷ്ടമായി, റീത്തയ്ക്കും. അനിലിന് ഇഷ്ടമായോ എന്നു ചോദിച്ചു. അവൻ ഒച്ചയിൽ ചിരിച്ചുകൊണ്ട് കിടക്കയിലിരുന്ന് തലയാട്ടി. ഓരോന്നായി മറന്നു തുടങ്ങുന്ന ഒരാൾക്ക് ഇനിയുള്ള ഇടവഴികളിലെ ചെറിയ പടവുകളെല്ലാം ഇഷ്ടംതന്നെ.

അനിൽ പതുക്കെ പറഞ്ഞു.

റീത്തയ്ക്കും മിയയ്ക്കും മാത്രം അതു കേൾക്കാം.

"അവനെ ഞാൻ കണ്ടു. ലോകത്തോട് വിനയമുള്ള കുട്ടി. കല്യാണം ചെറുതായി മതി. നമ്മള് പത്താളുകൾ മതി. പിന്നെ ഒരു കാപ്പിയും ബിസ്ക്കറ്റും."

തുടർന്നെന്തോ പറയാനാലോചിച്ചതു മറന്നതുപോലെ അനിൽ റീത്തയുടെയും മിയയുടെയും മുഖത്ത് പരതി.

രണ്ട്

എന്നിട്ടും വിവാഹത്തിന്റെ തലേന്ന് വൈകുന്നേരം, സന്ധ്യക്കും രാത്രി

യുമായി ചിലരൊക്കെ കയറിവന്നു. വിളിച്ചിട്ടില്ലാത്ത ഓർമ്മകൾ കയറി വരുംപോലെ, പ്രതീക്ഷിക്കാത്ത കാറ്റിനെപ്പോലെ.

സ്കൂളിൽ പഠിക്കുമ്പോൾ, പിന്നെ കോളേജിലും ബാറ്റ് മിൻഡൻ കളിച്ചിരുന്ന രാജേഷ്, നേരെ വന്ന് അകത്തുകയറി അനിലിന്റെ മുന്നിലെ കസേല വലിച്ചിട്ട്, അനിലിന്റെ മുഖത്തിനോട് അടുത്ത് കട്ടിലിന് മുന്നിൽ ഇരുന്നു. ബാറ്റിൽ മഞ്ഞുകൊണ്ട് തൊടുംപോലെ ഓർമ്മ തെറിച്ചു. ബാറ്റ്മിൻഡൻ ഗ്രൗണ്ടിൽ പതുപതുത്ത രോമക്കാടുകളുള്ള ചെറിയ മഞ്ഞുബോൾ ആകാശത്തിലൂടെ അങ്ങോട്ടുമിങ്ങോട്ടും പാഞ്ഞു. ഏത ടിയും അനിൽ പ്രതിരോധിക്കും. സെർവ് ചെയ്യുമ്പോൾ തോന്നും അത് ഉയരങ്ങളിലേക്കാണെന്ന്. നെറ്റിനെ തൊട്ടു തൊട്ടെന്നപോലെയാണ് പിന്നെ സഞ്ചരിക്കുന്നത് കാണുക.

സൈഡ് ഓവറാവാതെ അത് അകത്ത് ഇൻ ആവും. സ്കോർ. ചതി യൻ ബാറ്റിങ്ങ്.

പെരളശ്ശേരി ഗവൺമെന്റ് ഹൈസ്കൂളിലെ ബാറ്റ്മിന്റൺ ഗ്രൗണ്ടി ലെ ഒരു കളി രാജേഷിന് ഓർമ്മ വന്നു. അനിൽ നല്ല ശക്തിയിൽ സർവ് ചെയ്തു. ബോൾ ആകാശത്തിലേക്കുയർന്നു. ഔട്ട്. സംശയമില്ല. കോർട്ടി നകത്തു വീണില്ല. പുറത്തും വീണില്ല. കളിക്കിടെ ദേഷ്യം പിടിച്ച് ഇറ ങ്ങിപ്പോയ ഒരു കുട്ടിയെപ്പോലെ അത് അപ്രത്യക്ഷമായി. എന്നെ മറന്നു കള എന്നു പറഞ്ഞതുപോലെ.

കണ്ടില്ല, ആഴത്തിൽ പരതിയിട്ടും. അനിൽ ആഞ്ഞടിച്ചതും ബാറ്റിൽനിന്നു പന്ത് ചവിട്ടി കുതിച്ചുയർന്നതും ഓർമ്മയുണ്ട്. പിന്നൊ ന്നും ഓർമ്മയില്ല. കളി നിന്നു.

പിറ്റേന്നു രാവിലെ കോർട്ടിൽ കളിക്കുമ്പോൾ അനിൽ പറഞ്ഞ തോർമ്മയുണ്ട്. 'രാജേഷ് ബോള് കിട്ടി. അതുയർന്നു പോകുന്നത് ഞാൻ കണ്ടതാ. പിന്നെ രാത്രി ഉറക്കം പിടിച്ചുതുടങ്ങുമ്പോൾ ഞാൻ കണ്ടു, നമ്മളെ വയലിലെ കുമാരേട്ടന്റെ വീട്ടിലെ പിറകിലെ തേങ്ങാക്കൂട. അതിന്റെ ഓടിന്മേൽ വീണു അത് പടിഞ്ഞാറോട്ട് തെറിച്ചു. ആ സമയം വരെ ഏതാകാശത്തിലാ അത് മറഞ്ഞുനിന്നത്? സ്നേഹം ഉള്ള ഒരു ബോളാ അത്. അതിനെ മറക്കാൻ പറ്റില്ല. നേരം പുലരുന്നതിനു മുമ്പ് ഞാനതു പോയെടുത്തു.

കട്ടിലിനടുത്ത് രാജേഷ് വന്നിരിക്കുമ്പോൾ അവന്റെ കടുംനീല ഷർട്ടിൽ അനിൽ കൈ നീട്ടി തൊട്ടു. അപ്പോൾ മഞ്ഞ ബോൾ പായു ന്നു. ഇളംനീല ആകാശം അനിലിന്റെ മനസ്സിൽ വന്നു. ഓർമ്മയുടെ ഒര രുകിൽ തൊട്ടതുപോലെ.

വിത്തിന്റെയോ വൃക്ഷത്തിന്റെയോ ഓർമ്മ

അനിൽ രാജേഷിനോട് പറഞ്ഞു.

ഓർമ്മയുടെ മെല്ലെമെല്ലെയുള്ള പിൻവാങ്ങൽ തുടങ്ങിയതിനുശേഷം അനിൽ ഇത്ര ഉച്ചത്തിൽ സംസാരിച്ചിട്ടില്ല.

നിശ്ശബ്ദതയായിരുന്നു അവന്റെ ലോകം. പഴയ ഒച്ച തിരിച്ചുവന്നതു പോലെ. റീത്തയും മിയയും ഒട്ടും പ്രതീക്ഷിക്കാത്ത ഒന്നിനെയെന്നു പോലെ ആ ഒച്ച കേട്ടു.

"നമ്മളെ ബോള് കാണാതായ രാത്രിയിലാണ് എ.കെ.ജി മന്ദിരം വായനശാല അവർ അടിച്ചുതകർത്തത്."

ചെറിയ ഓർമ്മയുടെ പന്ത് വലയിൽ കുരുങ്ങി. അതിനു പുറത്തു കടക്കാനായില്ല. അതവിടെ തൂങ്ങിക്കിടന്നു. സങ്കടം നിറഞ്ഞ നിശ്ശബ്ദ ത. രാജേഷ് മുറിഞ്ഞ ഓർമ്മ കൂട്ടിക്കെട്ടി. എങ്ങനെയോ എവിടെയോ അകന്നു മുറിഞ്ഞുപോയ ബഹുജനപ്രകടനത്തെ ഓടിച്ചെന്നു കൂട്ടിയോ ജിപ്പിക്കുന്നതുപോലെ.

ആവേശമില്ല. മെല്ലെ മെല്ലെ രാജേഷ് പറഞ്ഞു.

"അടിയന്തരാവസ്ഥ ആയിരുന്നു. കോർട്ടിൽനിന്നു ബോളു കിട്ടിയ വിവരം അനിൽ പറയുന്ന നേരത്താണ് എ.കെ.ജി മന്ദിരം വായനശാല അടിച്ചുപൊളിച്ച വിവരം ജയകൃഷ്ണൻ വന്നു പറയുന്നത്. വായനശാ ലയ്ക്കകത്തും പുറത്തും റോഡിലും തൊട്ടിപ്പുറത്തെ കൃഷ്ണപിള്ള പാർക്കിലും പുസ്തകങ്ങളും കൽക്കഷണങ്ങളും സിമന്റ് കട്ടകളും ചിത റിക്കിടന്നു. കമ്പക്കയറിട്ട് മുകളിലെ തൂണിൽ വലിച്ചാണ് തൂണുകൾ രണ്ടും പൊട്ടിച്ചത്. വായനശാലയുടെ മുകളിലെ വരാന്തയിലിരുന്നാൽ പെരളശ്ശേരി മുഴുവനും കാണാം. മീൻചാപ്പ, സാധു, ദിനേശ് ബീഡിക്ക മ്പനികൾ, പാർട്ടി ആപ്പീസ്, പൊട്ടക്കുളം, ഹൈ സ്കൂൾ, കെ.കെ.എ സ്.റീവേർസ് തപാലാപ്പീസ്, അമ്പലം റോഡ്, ലോകത്തിന്റെ ഒരു കഷണം നിറഞ്ഞുകാണാം.

വരാന്ത തകർന്നു വീണു. പൊട്ടിപ്പൊളിഞ്ഞ വരാന്തയിൽ 'വിശ്വചരി ത്രാവലോകനത്തിന്റെ കവർ ചിതറിക്കിടന്നു. പുസ്തകത്താളുകൾ സ്റ്റെയർകേസിൽ ചവിട്ടുപടികളായി. വാക്കുകൾ ചിതറിത്തെറിച്ചതു പോലെ, പുസ്തകങ്ങൾ. റോഡിൽ നിറയെ പുസ്തകങ്ങൾ. പോലീസ് വണ്ടി അതിനുമുകളിലൂടെ പാഞ്ഞുവന്നു.

മാമേട്ടൻ ഓടിച്ചെന്ന് പൊട്ടിപ്പൊളിഞ്ഞ 'വിശ്വചരിത്രാവലോകം' വാരി യെടുത്തു. അനിലിന്റെ കൈയിൽ 'ഒരു ദേശത്തിന്റെ കഥ' പിന്നെ, പെര ളശ്ശേരി ടൗണിനെ കുലുക്കി വിറപ്പിച്ച് പോയ പ്രകടനത്തിൽ അനിൽ കൈകളോടൊപ്പം 'ദേശത്തിന്റെ കഥയും' ആകാശത്തിലേക്ക് ഉയർത്തി

പ്പിടിച്ചു.

റീത്ത പറഞ്ഞു, 'രാജേഷേട്ടാ, ചിലത് ഇങ്ങനെത്തന്നെ. ഭയങ്കര ഓർമ്മയാ."

രാജേഷ് ഇറങ്ങാൻ വേണ്ടി എഴുന്നേറ്റുനിന്ന് അനിലിനോട് പറഞ്ഞു, 'നമ്മക്ക് കളി തുടങ്ങണം, ബാറ്റ് മിന്റൺ. ന്താ?"

അനിലിന്റെ കണ്ണുകൾ തിളങ്ങി. ചിരി പൊട്ടി. മഞ്ഞ പന്ത് ഇങ്ങ് ആകാശത്തിൽനിന്ന് അങ്ങേ ആകാശത്തിലേക്ക് പറന്നു. പിന്നത് വലയിൽ വന്നിരുന്നു. അതിന് അനങ്ങാനായില്ല. പുക നിറഞ്ഞ് പാട കെട്ടിയ വല.

രാജേഷ് മിയയുടെ കൈകളിൽ പിടിച്ചു. അത് പരസ്പരം കൂപ്പുന്ന നാല് കൈകളായി. അവന് കരച്ചിൽ വന്നു. അവൻ ഇരുട്ടിലേക്ക് ഇറങ്ങിനടന്നു.

മൂന്ന്

വൈകുന്നേരം അഞ്ചുമണി. അബു അനീസും കുടുംബവും വന്നു. ബാംഗ്ലൂരിൽ നാലോ അഞ്ചോ ഹോട്ടലുകളുണ്ട് അബുവിന്. സ്കൂൾ കാലമേയുള്ള നല്ല സൗഹൃദം. ഭാര്യ നസീമയും ചെറിയ മകൾ ഉമ്മു കുൽസുവും വാതിലിനിപ്പുറം റീത്തയ്ക്കും മിയയ്ക്കുമിടയിൽ നിന്നു.

അബു അനീസിനും അനിലിനുമിടയിൽ പേടിപ്പിക്കുന്ന നിശ്ശബ്ദത നിറഞ്ഞുനിറഞ്ഞുവന്നു.

അബു അനീസ് പരമകാരുണികനായ ദൈവത്തിന് നന്ദി പറഞ്ഞു. അവനെ ഇങ്ങനെയെങ്കിലും കാണാൻ കഴിഞ്ഞല്ലോ. ഓർമ്മയുടെ ചില്ലുകൾ ദ്രവിച്ച് തുടങ്ങുന്നതിനുമുമ്പ് കഴിഞ്ഞ വർഷം ഫെബ്രുവരിയിൽ അനിൽ ബാംഗ്ലൂരിൽ വന്നിരുന്നു. അബു അനീസിന്റെ ഹോട്ടൽ മുംതസ് മഹലിലാണ് അവൻ താമസിച്ചത്. ഹോട്ടലിൽ നാലാംനിലയിലെ വരാന്തയിൽ രാത്രി തീരുന്നതറിയാതെ അവർ രണ്ടുപേരും ഓർമ്മകളിൽ ഇരുന്നിരുന്നു. സ്കൂൾ കാലത്തെക്കുറിച്ച് എന്തൊരോർമ്മയാണവന്. അബു അനീസ് മറന്നുപോയ പല പേരുകളും അവനോർമ്മിച്ചെടുത്തു. സ്കൂളിനകത്ത് പ്രകടനം നടത്തിയതിന് പുറത്താക്കിയ ഏഴുകുട്ടികളുടെ പേരുകൾ അവൻ, തന്നെ പറയുംപോലെ പറഞ്ഞു. എം. അശോകൻ, പി.വി ഭാസ്കരൻ, ടി.ദിവാകരൻ, കാംഷി എന്ന വിളിക്കുന്ന ടി.ടി. വിനോദ്, പി. സതീശൻ, രമ പി.ആർ, ടി.പി ജബ്ബാർ.

അനിലിന്റെ മുഖത്ത് നോക്കി അബു അനീസ് റീത്തയോട് പറഞ്ഞു. "അന്നു പുലർച്ചെയാണ് ഒരാഴ്ചമുമ്പ് ജോലിക്ക് വന്ന ഗൗതം എന്നു

പേരുള്ള ബംഗാളി ചെറുപ്പക്കാരനെ കാണാതായത്. ചെറുപ്പക്കാരൻ എന്നൊന്നും പറഞ്ഞുകൂടാ. ഒരു കുട്ടി. അവന്റെ കുട്ടിത്തം മറഞ്ഞുപോയിട്ടില്ല. പണിക്കാരെല്ലാവരും കിടന്നുറങ്ങുന്ന മുറിയിൽ രാത്രിയിലെപ്പോഴോ അവന്റെ നൈലോൺ കട്ടിൽ ഒഴിഞ്ഞുകിടന്നു. എണീറ്റുപോയത് ആരും കണ്ടിട്ടില്ല.

എന്തോ ഒരു തെളിച്ചം വന്നതുപോലെ അനിലിന്റെ മുഖം.

അബു അനീസ് തുടർന്നു, "തെക്കൻ കൽക്കത്തയിലായിരുന്നു ഗൗതമിന്റെ വീട്. ഒരു കുറവും ഇവിടെ അവനുണ്ടായിരുന്നില്ല. സത്യസന്ധനായിരുന്നു അവൻ. ജോലിയിലെ ആത്മാർത്ഥതയും അവന്റെ നിഷ്കളങ്കതയും കൊണ്ട് അവനോടെനിക്ക് പ്രത്യേകം ഇഷ്ടമായിരുന്നു. ബംഗാളി പാട്ടും മൂളിയാണ് അവൻ ജോലി ചെയ്തത്. ബംഗാളി പാട്ടിന്റെ അർത്ഥമൊന്നും എനിക്കറിയില്ല. എന്തോ ജീവിതത്തെ സംബന്ധിച്ച ഒരു സന്തോഷം അതിലുണ്ടായിരുന്നു. എന്നിട്ടും അവനിറങ്ങിപ്പോയി. അങ്ങനെ വലിയ തെറ്റൊന്നും ചെയ്യാത്ത കുട്ടിയാണവൻ. ഏതോ ഒരു വലിയ തെറ്റ് ചെയ്യാതിരിക്കാൻ വേണ്ടി ചെയ്ത ചെറിയ തെറ്റ് പോലെ ഒളിച്ചോട്ടം. ഞാനും അനിലും വർത്തമാനം പറഞ്ഞ് കണ്ണു ചിമ്മിയതേ ഉള്ളൂ. അവൻ പോയ വിവരം വന്നു. എനിക്കെന്തോ സങ്കടം തോന്നി. അടുപ്പമുള്ള ഒരാൾ മാറിനിന്നതുപോലെ, എന്റെ സങ്കടം കണ്ട് അനിൽ പറഞ്ഞു. 'നീ ബേജാറാകേണ്ട. നമുക്ക് അവനെ കണ്ടുപിടിക്കാം.'

അനിലും അബു അനീസും രാത്രിയിലെ ബാക്കി ഭാഗവും പിന്നെ പുലർച്ചയിലെ വെളിച്ചത്തിലും നഗരം മുഴുവൻ കാറെടുത്തു പരതി. വെളിച്ചങ്ങളുടെ മറവിൽ അവനെവിടെയും ഒളിച്ചുനിന്നില്ല. അബു അനീസ് അവനെ മറക്കാൻ തുടങ്ങി.

ഒരുമാസം കഴിഞ്ഞപ്പോൾ അബു അനീസിന് അനിലിന്റെ വിളി വന്നു. "ബംഗാളി കുട്ടിയെ കിട്ടിയോ?" എന്ന ചോദ്യം.

"ഞാനത് മറന്നില്ലേ" എന്ന ഉത്തരം.

"എനിക്കൊരു തോന്നൽ. ഗൗതം അവിടെത്തന്നെ എവിടെയോ ഉണ്ട്. ഒരു ചെറിയ പ്രണയം ഉണ്ടവന്. അന്ന് ഞാനവിടെ വന്നപ്പോ ഞാനവനോട് പകല് സംസാരിച്ചിരുന്നു. വെറുതെ അവന്റെ വീട്ടുവിശേഷങ്ങളെല്ലാം കൗതുകത്തിന് ചോദിച്ചു. എനിക്ക് ബംഗാളി അറിയില്ല. അവന് മലയാളവും. അവന്റെ കൈയിലൊരു പുസ്തകം കണ്ടു, 'ഗീതാഞ്ജലി' ടാഗോറിന്റെ മുഖചിത്രമുള്ള പുസ്തകം കണ്ടതുകൊണ്ടാ അവനോട് ഞാൻ മുട്ടിയത്. ഗീതാഞ്ജലിയുടെ പേജുകൾ മറിച്ച് മറിച്ച് നിന്ന നിൽപ്പിൽ ആ പ്രണയത്തെക്കുറിച്ചവൻ പറഞ്ഞു. പീന്യയിലെ ഒരു

സൈനികന്റെ വീട്ടിൽ പണിക്കാരത്തിയാ ആ പെൺകുട്ടി. ബംഗാളിൽ നക്സൽബാരിയിലാ അവളുടെ വീട്. ഞാനവനോട് തമാശയ്ക്ക് ചോദിച്ചു അവളുടെ വീട് നക്സൽബാരിയിൽ കനു സന്യാലിന്റെ വീടിനടുത്താണോ എന്ന്. പാവം അവനൊന്നും പിടികിട്ടിക്കാണില്ല. പീന്യയിലെ ഫിഷ് മാർക്കറ്റിനടുത്താ വീട്. അവിടെ ഒന്നു പോയി തപ്പ്. ആ പെൺകുട്ടിയെ കണ്ടുപിടിക്ക്. പകൽ അവനുമായി വർത്തമാനം പറഞ്ഞത് അപ്പാടെ ഞാനങ്ങ് മറന്നുപോയി. ഇവിടെ മേശപ്പുറത്ത് 'ഗീതാഞ്ജലി' കണ്ടപ്പോഴാ അതങ്ങനെത്തന്നെ ഞാനോർമ്മിച്ചത്. അപ്പോതന്നെ നിന്നെ വിളിക്കുന്നതാ. ആ പകൽ അവൻ എനിക്ക് ഗീതാഞ്ജലിയിൽനിന്ന് നാലു വരികൾ പഠിപ്പിച്ചുതന്നു. ഞാനത് മറന്നിട്ടില്ല. നീ കേൾക്ക്.

'കെ ജാനിത ദൂരെ തോ നേ ഇ സെ
ആമാരി ഗോ ആമാരി സെഇയെ
എ മാധുരി, ഫുടേഛെ ഹായ് രേ
ആമാർ ഹൃദയ ഉപവനെ.'

(അത് ദൂരെ എങ്ങുമല്ലെന്ന് ആരറിയുന്നു! അത് എന്റെതാണ്. എന്റേതുതന്നെ. എന്റെ ഹൃദയോദ്യാനത്തിൽ, ഹായ്! ആ മാധുര്യം ഇതാ പൊട്ടിവിടർന്നിരിക്കുന്നു.)

അനിൽ വിളിച്ചതിന്റെ നാലാംനാൾ എനിക്കവനെ കിട്ടി. പീന്യയിലെ ഒരു ചെറിയ ഹോട്ടലിൽ നിന്ന്, ഞാനവരെ രജിസ്ട്രാപ്പീസിലേക്ക് കൂട്ടിക്കൊണ്ടുപോയി. ഹോട്ടലിൽ രണ്ടുപേർക്കും ജോലി കൊടുത്തു. ഒരു ചെറിയ വാടകവീട് കാണിച്ചുകൊടുത്തു. ഇപ്പോ സുഖം. അനിലിന്റെ ഓർമ്മയിലാ അവരെ സഹായിക്കാനായത്. ഹോട്ടലിന്റെ ഇടനാഴിയിൽ വച്ചുനടന്ന ആ ചെറിയ വർത്തമാനം അനിൽ ഓർമ്മിച്ചെടുത്തല്ലോ.

അബു അനീസ് ഈ കഥയെല്ലാം പറയുമ്പോൾ അനിൽ ഒരു കാരണവുമില്ലാതെ ഇടയ്ക്കിടെ ചെറിയ ശബ്ദത്തിൽ ചിരിച്ചു. ചിലപ്പോൾ അത് വെറും പുഞ്ചിരിയായി. കഥ തീർന്നപ്പോൾ നിശ്ശബ്ദത അതിനു പിറകെ വന്നു. സ്മൃതിനാശം പോലെ നിശ്ശബ്ദത.

അനിൽ പെട്ടെന്നൊരോർമ്മയെ പിടിച്ചെടുത്തു.

"നമ്മളെ ക്ലാസിലുണ്ടായിരുന്ന ഗിരിജ ഇപ്പോൾ എവിടെയാണ്? നീയല്ലേ അവൾക്ക് നക്സലൈറ്റ് എന്നു പേരിട്ടത്."

അനീസും റീത്തയും മിയയും ഞെട്ടി. ഓർമ്മകളുടെ കലാപഭൂമിയിൽ നിന്നതുപോലെ. ഗിരിജ സ്കൂൾ ഗേറ്റു കടന്നുവരുമ്പോൾ സ്കൂളിന് പുറത്ത് തിരുനെല്ലിക്കാടിന്റെ ഇരുൾ പരക്കും. ആകാശത്ത് വെടിയൊച്ച

മുഴങ്ങും. അന്നേരമാണ് കാട്ടിൽ കയറാനുള്ള അവസാനത്തെ ബെൽ അടിക്കുക. കാട്ടിലേക്കോടുന്ന കുട്ടികൾ, കലാപകാരികളുടെ പരക്കം പാച്ചിൽ. 'ഇന്ത്യയിൽ വസന്തത്തിന്റെ ഇടിമുഴക്കം' എന്നും 'വിപ്ലവം തോക്കിൻകുഴലിലൂടെ' എന്നുമുള്ള മുദ്രാവാക്യങ്ങൾ ബീഡിക്കുറ്റി മഷിയിൽ മുക്കി എഴുതിയ പോസ്റ്റർ കക്കൂസിന്റെ ചുമരിൽ ഒട്ടിച്ചത് അവളാണെന്ന് സ്കൂളിൽ മുഴുവനുമറിയാം.

പോലീസുകാരുടെ ബൂട്ടിന്റെ ഒച്ചകൾ. സ്കൂൾമുറ്റം നക്സലെറ്റുകളെക്കൊണ്ടും പോലീസുകാരെക്കൊണ്ടും നിറയും. 'H' ആകൃതിയിലുള്ള സ്കൂൾ കെട്ടിടത്തിന്റെ ഒന്നാംനിലയിൽ അറ്റത്ത് നീണ്ട ബെല്ലടിക്കുന്ന പ്യൂൺ ശിവച്ചനു പിറകിൽ ഹെഡ്മാസ്റ്റർ കരുണാകരൻനമ്പ്യാർ ഇൻസ്പെക്ടർ ജനറൽ ഓഫ് പോലീസിനെപ്പോലെ നിന്നു കണ്ണുകൾ കൊണ്ട് സ്കൂൾ മുറ്റം മുഴുവൻ ആവാഹിച്ചെടുക്കും.

അബു അനീസ് പറഞ്ഞു. 'പിന്നെന്തു നക്സലിസം. അവൾ എവിടെയാണ്? അവൾ വസന്തത്തിന്റെ ഇടിമുഴക്കമൊക്കെ മറന്നുകാണും.'

അബു അനീസ് എണീറ്റു. നസീമയെ നോക്കി എന്തോ കണ്ണടയാളം കാണിച്ചു. നസീമ ബാഗ് തുറന്നു. ചെറിയ പെട്ടിയിൽനിന്ന് ചുകന്ന കടലാസിൽ പൊതിഞ്ഞ മോതിരം പുറത്തെടുത്തു. അത് മിയയുടെ വിരലിൽ ഇട്ടുകൊടുത്തു.

വിരലിലെ മോതിരക്കല്ലിൽ ഓർമ്മകൾക്ക് ശ്വാസംമുട്ടി.

നാല്

സന്ധ്യ കഴിഞ്ഞതിനുശേഷം വന്നത് ദിനേശനാണ്. അവനെ വളയം പിടിക്കാൻ പഠിപ്പിച്ചത് അനിലായിരുന്നു. മിയയുടെ കല്യാണവിവരം ഇന്നുച്ചയ്ക്കാണ് ദിനേശൻ അറിഞ്ഞത്. അപ്പോൾ തോന്നി, അനിലേട്ടനെ കാണണമെന്ന്.

ദിനേശൻ ഒരു സെക്കന്റ് മാത്രമാണ് മുറിയിൽ അനിലിന്റെ മുന്നിൽ നിന്നത്. അനിൽ ജീവിതത്തിൽ കണ്ടിട്ടില്ലാത്ത ഒരാളെപ്പോലെ ദിനേശനെ തറപ്പിച്ചുനോക്കി. ദിനേശൻ പെട്ടെന്ന് മുറിയിൽ നിന്നിറങ്ങി. ചുമരിൽ മുഖം ചേർത്തുവച്ച് നിലവിളിക്കുംപോലെ കരഞ്ഞു.

മുറിയിലെ മൂന്നു സ്ത്രീകളും വാതിൽക്കലുള്ള മൂന്നുസ്ത്രീകളും ഈ കാഴ്ചക്കുമുന്നിൽ സ്തബ്ധരായി നിന്നു. വീടുകുലുങ്ങുന്ന കരച്ചിൽ. അവന് ബ്രേക്ക് കിട്ടിയില്ല.

കരച്ചിലിന്റെ ശക്തിയിൽ അവൻ തെറിച്ചുവീണത് പുതിയ കാറ് വാങ്ങി അനിലിനെ കാണാൻ വന്ന തെളിഞ്ഞ ഒരു പകലിലേക്കായിരുന്നു. രാവിലെ. 1989 ഡിസംബർ എന്നോർമ്മയുണ്ട്. തീയ്യതി ഓർമ്മയി

ല്ല. അംബാസഡർ. ഇളം മഞ്ഞ കലർന്ന മുട്ടക്കളർ. വെള്ളയെ മറന്നു പോകാത്ത മഞ്ഞ. അനിൽ ആകെ അതിനുചുറ്റും നടന്നു. എന്തൊരു ഓമനത്തമാണ്. ഒരു കോഴിക്കുഞ്ഞിനെപ്പോലെ. പൂച്ചക്കുഞ്ഞിനെപ്പോലെ എന്നും പറയാം.

സ്റ്റിയറിങ്ങിൽനിന്നു കൈയെടുത്ത്, പെട്ടെന്ന് അനിൽ തന്റെ കൈയിലെ വാച്ചൂരി ദിനേശനു നല്കി. എന്നിട്ടു പറഞ്ഞു, 'ആരു വിളി ച്ചാലും കൃത്യസമയത്ത് എത്തണം. ആരെയും കാത്തുനിൽപ്പിക്കരുത്. സമയമാണ് പ്രധാനം.'

അന്നുരാത്രി ദിനേശന് ഓർമ്മയുണ്ട്. ഉറങ്ങുമ്പോൾ വാച്ചിലെ സമയം നോക്കിയതാണ്. പതിനൊന്നേ പത്ത്. വാച്ചൂരി പായയിൽ ചുമരിനടുത്ത് വെച്ചത്. രാവിലെ അതില്ല. സമയം അപ്രത്യക്ഷമായി. ആരും എടുത്തി ട്ടില്ല. ഉറക്കത്തിൽ ഹൃദയമിടിപ്പുപോലുള്ള അതിന്റെ ഒച്ച കേട്ടതാണ്. ഏതോ നേരം ആ ചെറിയ ബീപ് ഇല്ലാതായി. സമയമില്ലാതായതു പോലെ. ഓർമ്മയുടെ ഒളിച്ചോട്ടം പോലെ.

പിറ്റേന്നു കണ്ടപ്പോൾ, ദിനേശൻ വാച്ചുകാണാതെ പോയ കഥ പേടി ച്ചുപേടിച്ച് അനിലിനോട് പറഞ്ഞു. എന്തുകൊണ്ടോ അനിൽ ചൂടായില്ല. 'വാ' എന്നുപറഞ്ഞ് അനിൽ കാറിൽ കയറി. അനിൽതന്നെ പുതിയ കാറോടിച്ചു.

പൈപ്പിന്റെ തൊട്ടടുത്തുള്ള ചെടി. ഉണങ്ങിപ്പോയ, കട്ടമണ്ണുള്ള ചെടി ച്ചട്ടിയിൽ വാച്ച്. അനിൽ എത്ര വേഗമാ അതെടുത്തു കൊടുത്തത്.

'രാത്രി നീ സമയം നോക്കീന്നുള്ളതെല്ലാം നിന്റെ തോന്നലാ. കാറ് കഴുകുമ്പോ നീ വാച്ചൂരി വയ്ക്കാതിരിക്കില്ല.'

റീത്ത തന്നെയാണ് ചായയും മിക്സ്ചറും കാരയപ്പവും സ്റ്റൂളിന്റെ മുകളിൽ ദിനേശന്റെ മുന്നിൽ വച്ചത്. ദിനേശൻ മിക്സ്ചറിൽ തൊട്ടു. ഒരു കടലമാത്രം വിരലിൽ കുടുങ്ങി. അതവൻ നാവിലിട്ടു. ചായ വിഷാ ദയായി അങ്ങനെതന്നെ നിന്നു. കുടിക്കാൻ മറന്നുപോയ ഒരാളെ ഓർമ്മി ച്ചുകൊണ്ട്.

അനിൽ ദിനേശനെ കട്ടിലിനടുത്തേക്ക് വിളിച്ചു. തല പിടിച്ച് ചെവി യോട് ചേർത്തുവച്ചു. എന്നിട്ട് ആരും കേൾക്കാത്ത ഒച്ചയിൽ ദിനേശന്റെ ചെവിയോട് പറഞ്ഞു. വാക്കുകൾ പരതിയെടുത്ത് പറയുമ്പോലെയല്ല, കൈയിലുള്ളത് കൈമാറ്റംപോലുള്ള പറച്ചിൽ. അതിങ്ങനെയായിരുന്നു.

'സഹീറലി നല്ല ചെക്കനാടാ. മറ്റൊന്നും ഇല്ലെടാ. നിന്റെ മോൾക്ക് ഓനെ ഇഷ്ടാണല്ലോ. നല്ലതാ. നീ എതിരൊന്നും നിക്കണ്ട.'

അങ്ങനെയാണ് അനിൽ പറഞ്ഞതെന്ന് ദിനേശൻ റീത്തയോട് വിശ്വ

സിക്കാനാവാതെ പറഞ്ഞു. കൊളുത്തികൊളുത്തി വരുന്ന വാഹനങ്ങൾ പോലെയാണ് വാക്കുകൾ വന്നത്. ഒരു വാക്കും വേറൊരു വാക്കിനെ വെറുപ്പോടെ മുട്ടിയില്ല. വേദനിപ്പിച്ചില്ല. പാതയിൽനിന്ന് അരികിലേക്ക് നീങ്ങി, വഴി മറന്നുപോയ ഒരു വാഹനംപോലെ അനിൽ ചുമരോട് മുഖം വച്ച് കണ്ണടച്ച് ചേർന്നുകിടന്നു.

അഞ്ച്

ദിനേശൻ ഇറങ്ങിപ്പോയതിനുശേഷം പിന്നെ കുറെ നേരത്തേക്ക് ആരും വന്നില്ല. ഉള്ളവരെല്ലാം ഒഴിഞ്ഞുപോയി. ശൂന്യം. കല്യാണവീടാണെന്ന് ഓർമ്മിപ്പിച്ചുകൊണ്ട് നിറമുള്ള ചെറിയ ബൾബുകൾ പ്രകാശം പരത്തി.

രാത്രി വൈകി, പന്ത്രണ്ടുമണി കഴിഞ്ഞിരിക്കും. ഒരു ചെറിയ പെൺകുട്ടി ഓട്ടോറിക്ഷയിൽ വന്നിറങ്ങി. അപരിചിത. വേറൊരു മിയയെപ്പോലെ ഉണ്ടെന്ന് ഒരു നീലബൾബ് മങ്ങിക്കത്തുന്ന വെള്ളബൾബിനോട് പറഞ്ഞു. അത് കേൾക്കെ വെള്ള ബൾബ് ഒന്നുകൂടി പ്രകാശിനിയായി. ചെറിയ ഉറക്കത്തിന്റെ തടവിൽനിന്ന് റീത്തയ്ക്കും മിയയ്ക്കും അവളെ ഓർമ്മിച്ചെടുക്കാനായില്ല. ഈ കുട്ടിയെ ഇതിനുമുമ്പൊരിക്കലും കണ്ടിട്ടുപോലുമില്ല.

ഒരു പിടിയും കിട്ടുന്നില്ല. തിളങ്ങുന്ന കണ്ണുകൾ. അതിനേക്കാൾ പ്രകാശമുള്ള ചിരി. ഭൂമിയിലെ ധൈര്യം മുഴുവൻ സൗന്ദര്യമായതുപോലെ.

അവൾ അനിലിനെ നോക്കുമ്പോൾ റീത്ത പറഞ്ഞു.

"ചിലപ്പോ ഉറങ്ങിയിട്ടുണ്ടാവില്ല. വെറുതെ ചുമര് നോക്കി കിടക്കും. ഉറക്കവും മറന്നുതുടങ്ങി."

എന്തോ സംഭവിച്ചതറിഞ്ഞതു കണക്കെ അനിൽ ഇങ്ങോട്ടു ചരിഞ്ഞു കിടന്ന് കണ്ണു തുറന്നു നോക്കി. ഒരു ഞെട്ടൽപോലെ. അനിൽ പെൺകുട്ടിയെ സൂക്ഷിച്ചുനോക്കി. പെട്ടെന്നവൻ എഴുന്നേറ്റ് ഇരുന്നു. റീത്തയും മിയയും വാതിൽക്കൽതന്നെയുണ്ട്.

ഓർമ്മയുണ്ടോ എന്നു ചോദിക്കാൻ അവൾ നാവുകൊണ്ട് മുകളിലത്തെ വായയുടെ പല്ലിനോട് തൊട്ടടുത്ത് തൊടാൻ ആയുന്നതിനു മുമ്പ് അനിൽ ആഹ്ലാദശബ്ദത്തിൽ പറഞ്ഞു.

"ഇ.എം.എസ് ഒളിവിൽ കിടന്ന ചെറുമാവിലായി. നള്ളക്കണ്ടി പൊക്കന്റെ വീട്. ഞാനാ വീട് കാണാൻ വന്നിട്ടുണ്ട്."

പിന്നവളെ തുറിച്ചുനോക്കി, അവൻ നിശ്ശബ്ദനായി. ഓർമ്മ മുറിഞ്ഞു പിടഞ്ഞു.

അവൾ പറഞ്ഞുതുടങ്ങി.

"ഇ.എം.എസ് ഒളിവിൽ കിടന്ന ചെറുമാവിലായിയിലാ എന്റെ വീട്. നല്ലക്കണ്ടി പൊക്കന്റെ വീടിനു തൊട്ടുമുന്നിൽ. ഞാനവരെ കണ്ടിട്ടില്ല. എന്റെ അച്ഛൻ പറഞ്ഞറിഞ്ഞതാ കഥകളൊക്കെ. ഒരു രാത്രി വയലാറിലുള്ള രണ്ടുപേർ വീടു കാണാൻ വന്നു. കുറച്ചുകൊല്ലം മുമ്പാണ്. ഇവരാണ് കാറിൽ കൂട്ടിവന്നത്. ഞാനാണ് ആ വീട്ടിലേക്കുള്ള വഴി കാണിച്ചുകൊടുത്തത്. ഇവർ വരുമ്പോൾ പുറത്തെ ബെഞ്ചിലിരുന്ന് മേശമേൽ പുസ്തകങ്ങൾ വച്ച് പഠിക്കുകയായിരുന്നു ഞാൻ. ഇം.എം. എസ് ഒളിവിൽ കിടന്ന വീടും മുറിയും പരിസരങ്ങളും കണ്ടു. എന്റെ മേശപ്പുറത്ത് വൈക്കം മുഹമ്മദ് ബഷീറിന്റെ ഒരു പുസ്തകം ഉണ്ടായിരുന്നു- പാത്തുമ്മയുടെ ആട്. അതു കണ്ടപ്പോ എന്നോട് കുറേനേരം സംസാരിച്ചു. പുസ്തകങ്ങളെക്കുറിച്ചും വായനയെക്കുറിച്ചും. ഞാൻ വരച്ച ഇ.എം.എസ്സിന്റെ പെൻസിൽ ഡ്രോയിംഗ്, എനിക്ക് തരാോ ന്ന് ചോദിച്ചു. ഞാനത് കൊടുത്തിരുന്നു."

പെൺകുട്ടി പറഞ്ഞുനിർത്തി. ഓർമ്മയിൽ കുരുങ്ങി കുറച്ചുനേരം നിശ്ശബ്ദയായി.

പിന്നെ എന്റെ പേരറിയാമോ എന്ന് അവൾ ചോദിച്ചപ്പോൾ അനിൽ മുഖത്തുനോക്കി ഒരു ചെറിയ സന്തോഷത്തോടെ മറുപടിയായി പറഞ്ഞത് പി.കൃഷ്ണപിള്ളയാണ് ഇ.എം.എസ്സിന് നല്ലക്കണ്ടി പൊക്കന്റെ ചെറുമാവിലായിയിലെ വീട് കാണിച്ചുകൊടുത്തത് എന്നാണ്.

അതും പറഞ്ഞ് ചെറിയ ശബ്ദത്തിൽ ഒരു ചിരിയും ചിരിച്ചു.

"ഞാനൊന്നുകൂടി ചോദിക്കട്ടെ, അന്നു നല്ലക്കണ്ടി പൊക്കന്റെ വീട് കാണാൻ വന്ന നിങ്ങളുടെ പേരെന്താ?'

അനിൽ ചുമരിനോട് മുഖം ചേർത്തു. ആ ചോദ്യം ഇഷ്ടപ്പെടാത്തതുപോലെ പെട്ടെന്ന് ചരിഞ്ഞുകിടന്നു. എന്തോ ഓർത്തതുപോലെ വീണ്ടും ഒന്ന് മറിഞ്ഞുകിടന്നു. ഓർമ്മകളുടെ മലക്കം മറിച്ചിൽ. വാതിൽക്കലേക്ക് നോക്കി സ്നേഹത്തോടെ പറഞ്ഞു.

"അന്ന് ചെറുമാവിലായിയിൽ നിന്ന് ഇ.എം.എസിന്റെ ചിത്രം തന്ന കുട്ടിയുടെ പേര് ശുഭ."

കടപ്പാട് : ഗീതാഞ്ജലി വിവർത്തനം കെ.സി.പിള്ള, ഡോ.വി.എസ് ശർമ്മ.

(ഗ്രന്ഥലോകം - 2021 മാർച്ച്)

ശിശുക്കളുടെ ഭവനം

'എല്ലാ മനുഷ്യരും ഒന്നുപോലെയാണ് ജീവിതത്തിലേക്കു വരുന്നത്. എല്ലാവർക്കും ജീവിതകവാടം ഒന്നുതന്നെ. കടന്നുപോവുന്നതും അങ്ങനെതന്നെ.'

-പഴയനിയമം

വീടിന്റെ മുകളിലേക്കു കയറുന്ന പടികൾക്കു താഴെ ഒരു പേരമരമുണ്ട്. ചെറിയ ഇലകളിൽ പൂത്തുനിൽക്കുന്ന ഈ മരത്തെ കണ്ടല്ലാതെ വീടിന്റെ മുകളിലേക്കു കയറുക സാധ്യമല്ല. പേരയ്ക്കയുടെ കാലത്തു മഞ്ഞനിറം ചാലിച്ച പഴുത്ത പേരയ്ക്കകളും പച്ചനിറത്തിലുള്ള പഴുക്കാത്ത പേരയ്ക്കകളും കണ്ടുകൊണ്ട് പടികൾ കയറാം. പേരയ്ക്കയില്ലാത്ത കാലത്ത് ഇളംപച്ച ഇലകളുടെ വിഷാദം കണ്ടും.

ജോഷ്വയുടെ വീടിന് ഒരത്ഭുതമുണ്ട്. അതു താഴത്തെ നിലയിൽ ഒറ്റ വീടാണ്. മുകളിലത്തെ നിലയിൽ മൂന്നുവീടാണ്. താഴെ ജോഷ്വയുടെ ഭവനം. ഒറ്റയ്ക്കാണവൻ. വിവേകി, സത്യസന്ധൻ, നീതിമാൻ എന്നൊക്കെ അവനെക്കുറിച്ച് ആളുകൾ പറയും. അകത്തു കയറുമ്പോൾ വലിയ മുറി. പിറകിൽ അടുക്കള. ഇടതുഭാഗത്ത് ഒരു കിടപ്പുമുറി. വലതുഭാഗത്ത് രണ്ട് കിടപ്പുമുറി. പക്ഷെ അവന്റെ കിടപ്പ് വലിയ മുറിയിൽ അവനെന്നും തട്ടിവിരിക്കുന്ന നൈലോൺ നൂലുകളിൽ തീർത്ത പായയിൽ. അതിനുമുകളിൽ തടിയില്ലാത്ത നീലവിരിപ്പ്. കാളകളില്ലാത്തിടത്തു ധാന്യവുമില്ല എന്നുപറഞ്ഞതുപോലെ മൂന്നുകിടപ്പുമുറികൾ ശ്വാസോച്ഛ്വാസമില്ലാത്ത ജീവിയെപ്പോലെ മലർന്നുകിടന്നു.

മുകളിലാണ് അത്ഭുതം. മൂന്നു വീടാണത്. ഓരോ വീട്ടിലും അത്ര വലുപ്പമില്ലാത്ത കയറിച്ചെല്ലുന്ന അകം. കുളിമുറി, അടുക്കള, ഒരു കിടപ്പുമുറി. നിന്നുതിരിയാൻ ഇടമില്ലെന്നു തോന്നും. എന്നാൽ താമസിച്ചവരൊക്കെ മുറിയുടെ ധാരാളിത്തത്തിൽ ജീവിച്ചതുപോലെ സന്തോഷവാന്മാരായിരുന്നു. അവർ താഴത്തെ ഭവനത്തിലെ സത്യസന്ധനു സ്തുതി

പറഞ്ഞു.

പേരമരത്തിന് എന്നപോലെ അവനും വയസ്സു തോന്നില്ല. ആ വീട്ടിൽനിന്നെന്നപോലെ യൗവനത്തിൽനിന്നും അവൻ പുറത്തു ചാടിയില്ല. വയസ്സ് അമ്പതു കഴിഞ്ഞത് പേരമരംപോലെ സത്യം. സാധാരണ പേരമരങ്ങളെക്കാൾ അല്പം ഉരുളിച്ച അധികമുണ്ടെങ്കിലും അതിനും വയസ്സു തോന്നില്ല. ഭൂമിയിലെ വാസത്തിന്റെ കലണ്ടർ കണക്ക് അവനും ആ മരവും ആരോടും മിണ്ടാറുമില്ല.

ജോഷ്വ എങ്ങോട്ടും പോകാറില്ല. ആരും അവനെ പൂട്ടിയിട്ടതല്ല. അവന്റെ ഉദ്യാനം ഈ പറമ്പുതന്നെ. മീൻ വില്പനക്കാരനും, ധാന്യം, പച്ചക്കറി വിൽക്കുന്നവളും ജോഷ്വ എന്നുച്ചത്തിൽ വിളിച്ച് അവന്റെ ഭവനത്തിന്റെ മുറ്റത്തു വന്നു. ബീഫും ചിക്കനും ഫോൺവിളിയുടെ പിറകെ ചോര തുടുത്തുവരും. ലോകത്തിന്റെ വഴികളൊന്നും അവനു കൗതുകമുണ്ടാക്കിയില്ല. ഇടതുകരം തലയണയാക്കി വയ്ക്കാൻ ഇക്കാലമായിട്ടും ലെബനനിൽനിന്ന് ഒരു പെണ്ണും വന്നില്ല. പേരമരത്തിന്റെ തണലിലൂടെ മുകളിലേക്കും താഴേക്കും കയറിയും ഇറങ്ങിയും പോകുന്ന മാസവാടകക്കാരല്ലാതെ അവനാരുമില്ല. ഈ മുറിയിലും പുറത്തുനിന്നും ജോഷ്വ ലോകത്തിന്റെ രഹസ്യങ്ങളറിഞ്ഞു. ഇങ്ങനെയും ലോകത്തെ സ്നേഹിക്കാമെന്നു വിചാരിച്ച് അവൻ വിശുദ്ധമായി, ഗൂഢമായി ആനന്ദിച്ചു.

മൂന്നു സന്തുഷ്ടകുടുംബങ്ങളാണ് ഇപ്പോൾ മുകളിൽ വസിക്കുന്നത്. അവർ ആകാശത്തിലെ പറവകളെപ്പോലെ.

ഇപ്പോഴുള്ള താമസക്കാരിൽ ആദ്യം വന്നത് വിവേക് എന്ന ചെറുപ്പക്കാരൻ ചെക്കൻ. കൂടെ ഹന്ന എന്നു പേരുള്ള പെൺകുട്ടിയും. ഒളിച്ചോടി വന്ന മാൻപേടകളെപ്പോലെ അവരുടെ മുഖം വിളറിച്ചിരുന്നു. പിന്നെ വെളുത്തു. തൊട്ടടുത്ത നിമിഷം കറുത്തു. പകുതി വാതിൽ തുറന്നിട്ട് മൂടുപടം പോലെ അവളുടെ തട്ടം ഇളകി. ജോഷ്വയ്ക്ക് അത് ആഹ്ലാദമുള്ള കാഴ്ചയായി. സ്നേഹത്തിന്റെ വിഹ്വലതകൾ എല്ലാം ജോഷ്വയ്ക്ക് ആഹ്ലാദത്തിന്റെ വീഞ്ഞാണ്.

വിവേക് ജോലി ചെയ്യുന്ന ബാങ്കിലെ ജയിംസ് എന്ന സഹപ്രവർത്തകനാണ് ജോഷ്വയുടെ വാടകവീടിന്റെ കാര്യം പറഞ്ഞത്. പ്രണയിച്ചു വിവാഹം ചെയ്യുന്നവരെ ജയിംസിന് ഇഷ്ടമാണ്. അവർക്കു വാസമുണ്ടാക്കേണ്ടത് തന്റെ കടമയാണെന്നു ജയിംസ് കരുതി. മതത്തെ മറന്ന വിവാഹവും കൂടിയായപ്പോൾ ജയിംസ് കോരിത്തരിച്ചു.

ജോഷ്വയുടെ ഭവനത്തിനു മുകളിലെ മൂന്നു വാടകവീടുകളും അനാഥമാണെന്നും ജോഷ്വ നല്ലവനാണെന്നും നിനക്കു വീടുതരുമെന്നും ചെറു

പ്പക്കാർ താമസിക്കാൻ വരുന്നത് ഇഷ്ടമാണെന്നും ചെറിയ വാടകയേ വാങ്ങുകയുള്ളൂവെന്നും ജയിംസ് വിവേകിനോട് പറഞ്ഞു.

ജോഷ വീടുകൊടുത്തു. വിവേക്-ഹന്ന എന്ന നാമത്തിൽ അവൻ സന്തോഷവാനായി. നാമങ്ങളുടെ സന്തുഷ്ടിയിൽ വാടക എട്ടായിരത്തിൽനിന്ന് അയ്യായിരമായി കുറഞ്ഞു. 'വയലിൽ പുല്ലുപോലെ ജനം വർദ്ധിക്കട്ടെ' ജോഷ സങ്കീർത്തനങ്ങളിൽനിന്ന് ഉപമ പറിച്ചെടുത്തു.

ജനുവരി മാസത്തിൽ രാജനാരായണനും ഉമയും വന്നു. പാത്രങ്ങൾ ചൂളയിലെന്നപോലെ, യാത്രികർ വെയിലിലെന്നപോലെ, അവർ കറുത്തു മനോഹരിയായിരുന്നു. വനത്തിൽനിന്നു പേടമാൻ എന്ന പോലെ അവൾ അവന്റെ ആശ്ലേഷത്തിൽ എത്തിപ്പെടുകയായിരുന്നു. രാജനാരായണൻ തല ഉയർത്തി നിന്നു. അവളെ കാണാൻ മാത്രമത്രെ അവൻ മുഖം കുനിക്കുന്നതെന്നു തോന്നി. രാജനാരായണനും ജോഷയുടെ ആത്മമിത്രമായി.(വാടക കൊടുക്കുകയും വാങ്ങുകയും ചെയ്യുന്ന മുഹൂർത്തങ്ങളിൽ മാത്രമേ അവർ വാടകക്കാരും അവൻ വീട്ടുടമയും ആവുന്നുള്ളു. അല്ലാത്തപ്പോൾ അവർ കാലാവസ്ഥയെയും പച്ചക്കറിത്തോട്ടത്തിലെ പുഴുവിനെയും കറന്റ് അപ്രത്യക്ഷമാകലിനെയും മീൻകുട്ടയിലെ സംസാരിക്കുന്ന മത്സ്യത്തെയും സുഖനിദ്രയെയും പേരമരത്തെയും കുറിച്ച് അന്തമില്ലാതെ പറഞ്ഞ് സ്നേഹമുള്ളവരായി.)

അടുത്തദിവസംതന്നെ മൂന്നാമൻ വന്നു. മൂന്നാമൻ വാക്ക് അളന്നു തൂക്കി ഉപയോഗിക്കുകയും വായ്ക്ക് വാതിലും പൂട്ടും നിർമ്മിക്കുകയും ചെയ്ത മിതഭാഷിയായിരുന്നു. അവളോ കണ്ണുകളിൽ ഇളംകാറ്റിനെ തൂക്കിയിട്ടവളും. എബിനും ലില്ലിയും. വസ്ത്രങ്ങളിൽ വെള്ളരിപ്പൂവിനെപ്പോലെ അവർ ലളിതമായി. ജലം, ആഹാരം, വസ്ത്രം വാസം, ജീവിതത്തിന്റെ പ്രാഥമിക ആവശ്യങ്ങളിൽ അവർ തൃപ്തിപ്പെട്ടു. വലിയ ആഘോഷങ്ങളുടെ ഗീതങ്ങളൊന്നും മൂന്നാമത്തെ വീട്ടിൽനിന്ന് ഉയർന്നുവന്നില്ല. അവർ അമിതമായി ദുഃഖിക്കുകയോ ആനന്ദിക്കുകയോ ചെയ്യുന്നത് ആരും കണ്ടില്ല.

പാർപ്പിടത്തെ സംബന്ധിക്കുന്ന ഉത്തമർണ്ണന്റെ ശകാരങ്ങളോ പരിഹാസങ്ങളോ കേൾക്കാൻ വിധിക്കപ്പെടാത്ത, ഭാഗ്യമുള്ള മനുഷ്യരായിരുന്നു വിവേകും ഹന്നയും രാജനാരായണനും ഉമയും എബിനും ലില്ലിയും. അതുകൊണ്ടുള്ള ഹൃദയാനന്ദം അവർ അനുഭവിച്ചു. യൗവനം സന്തോഷത്തിൽ കുതറി.

ഹന്നയും ലില്ലിയും ഉമയും ഗർഭിണികളായിരുന്നു. അതിലും നേരിയ അത്ഭുതമുണ്ട്. ഗർഭത്തിന്റെ ഒരേ കാലത്തിലൂടെ ആണ് അവർ കടന്നു

പോകുന്നത്.

നിന്റെ ശിശുവിനു മുമ്പേ എന്റെ ശിശുവിന്റെ മുഖം ഞാൻ ചുംബിക്കും എന്നവർ വയറു കാണിച്ച് ഗർവ്വ് പറഞ്ഞു.

വെള്ളരിക്കുഴികളിൽ ജലം നിറക്കുമ്പോൾ ജോഷ ശിശുക്കളുടെ മന്ദഹാസം കണ്ടു. നിലാവിന്റെ കുഞ്ഞുങ്ങളാണവർ. വടക്കൻ കാറ്റേ ഉണരുക...തെക്കൻകാറ്റേ വരിക...എന്റെ ഉദ്യാനത്തിൽ വീശുക...എന്ന് ജോഷ ഉത്തമഗീതം പാടി. വെള്ളരികൾക്കിടയിലൂടെ നടക്കുമ്പോൾ അവനൊരു പൂവു കണ്ടു. ഏറെനേരെ അവനാ പൂവിനെ നോക്കി മന്ദഹസിച്ചു.

'നീയാരുടെ കുഞ്ഞാണ്?' പൂവിനോടവൻ ചോദിച്ചു.

സൂര്യൻ ആകാശത്തിന്റെ നെറുകയിൽ നിൽക്കുന്ന കഠിനനേരത്താണ് ലില്ലിയും എബിനും ആശുപത്രിയിലേക്കു പോയത്. സർക്കാറാശുപത്രിയിലേക്കു തന്നെ. വേറൊരു വിധി അവർക്കില്ല. ജോഷ വാതിൽ തുറക്കാതെ ജനലോരം നിന്നു. ജനൽവിരികൾ മാറ്റി പേരമരത്തിനു താഴെ വച്ച ഓട്ടോറിക്ഷയിൽ കയറുമ്പോൾ അവർക്കു കൈ വീശി. അവസരോചിതമായി അവൻ അതിഭാഷണത്തിനു മുതിർന്നില്ല. ഇത്രമാത്രം പറഞ്ഞു, 'പോയി വാ മക്കളേ' പണമെന്തെങ്കിലും വേണോ എന്നുകൂടി ചോദിക്കാത്തത് വലിയൊരു കുറ്റമായിപ്പോയെന്നു വിചാരിച്ച് ജോഷയ്ക്കു മനസ്സു നൊന്തു.

മാങ്ങ പഴുക്കുമ്പോൾ വെള്ളം നനയ്ക്കാത്തതു മറന്നുപോകുമെന്നതുപോലെ മനസ്സ് വേറൊരു കൊമ്പത്തു ചാടി. നിറയെ ഇലകളും പൂക്കളുമുള്ള വേറൊരു കൊമ്പാണിത്. ജോഷയുടെ ഹൃദയം തുള്ളിച്ചാടി. അവൻ നിദ്രാരഹിതനായി. ഇടയ്ക്കു ചുമരു നോക്കിയും ഇടയ്ക്കു മുകളിലെ ഫാൻ നോക്കിയും അകത്തെ മുറികളുടെ വാതിലുകൾ നോക്കിയും 'മൂന്നുകാര്യങ്ങൾ തനിക്ക് അത്യത്ഭുതകരമാണ്. നാലു കാര്യങ്ങൾ എനിക്കു മനസ്സിലാവുന്നില്ല' എന്ന സുഭാഷിതങ്ങൾ ഉച്ചത്തിൽ ചൊല്ലിയും തിരിഞ്ഞുംമറിഞ്ഞും കിടന്നു. ഇതവന്റെ ജീവിതത്തിലെ ആദ്യാനുഭവമാണ്.

മൂന്നുരാത്രി- മൂന്നുപകൽ. മൂന്നാമത്തെ പകലിന്റെ രണ്ടാം പകുതിയിൽ മുകളിൽ ഫോൺ വന്നു. ലില്ലി പ്രസവിച്ചു. സുഖപ്രസവം. ആൺകുട്ടി. വെള്ളത്തുണിക്കൂട്ടിൽ ഒരു മുട്ടത്തോടിനുള്ളിലെന്നപോലെ ശിശുവദനം. ശിശുവിന്റെ ഇത്തിരിപ്പോന്ന വിരലനങ്ങി. അവൻ അമ്മയുടെ സ്തനങ്ങളെക്കുറിച്ച് എന്തോ പറഞ്ഞു. അവനു ദാഹം തുടങ്ങിയിരിക്കും. ഭൂമിവാസത്തിലെ ആദ്യത്തെ ദാഹം.

ആനന്ദവാർത്ത കേട്ട് അരമണിക്കൂർ കഴിഞ്ഞിരിക്കും. ആ നേരം

കാറിന്റെ അനക്കം. ജോഷ്വ വാതിൽ തുറന്നു. കഴുത്തു നീട്ടി എത്തിനോക്കി. കാറിൽ ക്ഷീണിതയായി തളർന്നുകിടന്ന ഹന്ന. വാടിയ പയർവള്ളികൾ പോലെ. കണ്ണുകൾ കുഴഞ്ഞുപോയ നക്ഷത്രങ്ങളെപ്പോലെ. എന്നാലോ അവൾ നല്ലവളിൽ നല്ലവളായപോലെ ചാഞ്ഞു ചരിഞ്ഞുകിടന്നു.

ജോഷ്വ ആനന്ദം ഉള്ളിൽ നിറച്ചുനിറച്ചു വച്ചു. അത് അവന്റെ മുഖത്ത് തുളുമ്പി. സകല ദിക്കുകളിൽനിന്നും നിനക്ക് നല്ലതേ വരൂ എന്ന് അനുഗ്രഹിച്ചു. അതൊട്ടും പുറത്തു വന്നില്ല. കാർ പാതയിലൂടെ അപ്രത്യക്ഷമായി.

ഹന്ന മുറ്റത്തൊക്കെ പരിമളം പൊഴിച്ചല്ലോ എന്നു നിനച്ച് വീട്ടുമുറ്റത്തിലൂടെ ആ രാത്രി ലേശംപോലും ഉറങ്ങാതെ ജോഷ്വ അങ്ങോട്ടുമിങ്ങോട്ടും സാവധാനം നടന്നു.

ആശുപത്രിയിലേക്കു കയറുന്ന മലഞ്ചെരിവിൽ നഴ്സുമാർ വെള്ളച്ചെമ്മരിയാടുകളെപ്പോലെ അങ്ങോട്ടുമിങ്ങോട്ടും ഒഴുകുന്നുണ്ടായിരുന്നു. സംഗീതംപോലെയാണ് വേദന വന്നതെന്ന് ഹന്ന വിവേകിനോട് ഞരങ്ങിയും മൂളിയും പറയുന്നുണ്ടായിരുന്നു. സൂര്യനെപ്പോലെ തേജസ്വിയായ ഒരാൾ വരുന്നുണ്ടെന്ന് ഹന്നയുടെ കണ്ണുകൾ മൊഴിഞ്ഞു. ഇളംകാറ്റിനെപ്പോലെ ഒരു വിരുന്നുകാരിയെന്ന് വിവേക് പകരം കണ്ണിറുക്കി. അവൻ ഉത്സാഹത്തിന്റെ മലമുകളിലായിരുന്നു അപ്പോൾ.

ഹന്ന പ്രസവിച്ചു. 'ബോയ് ഈസ് എ ഗേൾ' എന്നു തമാശ പുരട്ടി മെസേജ് വന്നു. ജോഷ്വ ചെടികൾ നനയ്ക്കുകയായിരുന്നു. രാജനാരായണന്റെ വിനയം കലർന്ന അതിമനോഹരമായ വാക്കുകൾ ശ്രവിച്ച് ഉദ്യാനത്തിൽ പൈപ്പിന്റെ കുഴലുകൾ ആകാശത്തിലേക്കുയർത്തി. ആകാശത്തിൽനിന്നു വീഴുന്ന ജലത്തുള്ളികൾ കെട്ടിപ്പിടിച്ച് ഒന്നിച്ച് സങ്കീർത്തനങ്ങൾ പാടി.

"മാതാവിന്റെ മടിയിൽ ശാന്തനായി കിടക്കുന്ന ശിശുവിനെയെന്നപോലെ ഞാൻ എന്നെത്തന്നെ ശാന്തനാക്കി. ശാന്തമായി ഉറങ്ങുന്ന ശിശുവിനെപ്പോലെയാണ് എന്റെ ആത്മാവ്."

ജോഷ്വ കണ്ണടച്ചു.

അപ്പോൾ ജലംപോലെ തുറന്നുവച്ച കുഞ്ഞുനയനങ്ങൾ കൊണ്ട് അവൻ ആശുപത്രി ജനലിനപ്പുറത്തെ ആകാശം നോക്കി. അവൾ കുട്ടിത്തുണികളെ തൊട്ടു. ഭൂമിയിൽ ആദ്യം അവളുടെ സ്വന്തമായിത്തീരുന്നത് കുട്ടിത്തുണികളാണ്. അതിനെ തൊട്ട് അവൾ ഒച്ചയില്ലാതെ കരഞ്ഞു.

ജാലകങ്ങൾ തുറന്നിട്ട്, പേരമരത്തിലെ ഇലകളിലേക്കു നോക്കി നോക്കി ഉറക്കത്തിന്റെ കുന്നിൻ ചരിവിലായിരുന്നു ജോഷ്വ. പിന്നവൻ

ഉറങ്ങിപ്പോയി. ഉറങ്ങുമ്പോൾ ജോഷ്വ തലയണയെ കെട്ടിപ്പിടിച്ചുറങ്ങുന്നു. തലയണയാണ് ഈ ലോകമെന്ന് ജോഷ്വ ജോഷ്വയോടുതന്നെ പറയുന്നു. ഞാൻ ലോകത്തെ കെട്ടിപ്പിടിച്ചുറങ്ങുകയാണ്. ഉത്തമമായ വീഞ്ഞിന്റെ ലഹരിയിലെ നിദ്ര.

ഫോൺ അരിപ്രാവുകളുടെ ചിറകടിയൊച്ചയിൽ വിതുമ്പി. നിദ്രയിൽ നിന്നുണർന്ന് ജോഷ്വ കൈനീട്ടി. ഫോൺ അവന്റെ ഉള്ളംകയ്യിലായി. അവൻ അത് ചെവിയോട് ചേർത്തണച്ചു. സൂര്യൻ ആകാശത്തിലേക്കു വന്നിട്ടില്ല. നേരം പുലർന്നുവരുന്നതേയുള്ളു.

"വന്നു. മോളാണ്. ഉമയ്ക്കും സുഖമാണ്."

സുരഭിലമായ വീഞ്ഞും എന്റെ മാതളനാരങ്ങയുടെ രസവും ഞാൻ നിനക്ക് നൽകുമായിരുന്നു എന്നു ജോഷ്വ അന്തരംഗത്തിൽ കളി പറഞ്ഞു. സന്തോഷം പൊഴിച്ച് ജോഷ്വ ഫോൺ താഴെവച്ചു.

തളിർമാവിലയുടെ വയലറ്റു കലർന്ന കറുപ്പുനിറമായിരുന്നു ആ കുശുമ്പിക്ക്. കുശുമ്പി മൂത്രം നനച്ചു. ഒരു ശൂ മാത്രം. ഒരു തുള്ളി ജലനനവ് മാത്രം. കുട്ടിത്തുണിയറിഞ്ഞില്ല. അമ്മയുമറിഞ്ഞില്ല. എല്ലാം നല്ലതായി കഴിഞ്ഞതിന്റെ സുഖാലസ്യത്തിലായിരുന്നു അമ്മ. ആ നേരമുണ്ടായ വേദന ഒന്നുകൂടി പരതിയെടുക്കുകയായിരുന്നു പാതിനിദ്രയിലും അമ്മ.

ജോഷ്വയ്ക്ക് മൂത്രം മണത്തു. മൂത്രത്തിനു മാതളനാരങ്ങ നീരിന്റെ കൊതിപ്പിക്കുന്ന ഗന്ധമുണ്ടെന്ന് അവൻ ഉപമയുണ്ടാക്കി. കുഞ്ഞുങ്ങളെ കാണണമെന്ന അതിയായ ആഗ്രഹം അവനുണ്ടായി. ഭൂമിയിലെ വാസം വീഞ്ഞുപോലെ ലഹരി നിറഞ്ഞത്. സുരഭിലമായ വീഞ്ഞ് ഒഴിയാത്ത പാത്രംപോലെ രാപ്പകലുകൾ. ഞാനെന്താണ് നിങ്ങൾക്ക് തരേണ്ടത്? എന്റെ കൈകൾ ശൂന്യമായ കിണറുകൾപോലെ. തേൻമധുരമില്ലാത്ത കാട്ടുപൂവുകൾപോലെ.

ജോഷ്വ ഫോണെടുത്തു. അമർത്തി അമർത്തി അവൻ ആശാരിയെ വിളിച്ചു. ആ നഗരത്തിലെ നല്ല തികവേറിയ മരപ്പണിക്കാരൻ. ഓരോ മരവും ചീകിയൊതുക്കുമ്പോൾ അവൻ പിന്നെയും പിന്നെയും വിനയമുള്ളവനായി തീർന്നെന്ന് നഗരത്തിൽ അവനെക്കുറിച്ചുള്ള കഥ.

ജോഷ്വ മരപ്പണിക്കാരനോട് തന്റെ ആഗ്രഹം പറഞ്ഞു.

പേരമരംകൊണ്ട് മൂന്നു തൊട്ടിലുണ്ടാക്കണം. ജലത്തിന്റെ മിനുസമുണ്ടാകണം. പേരയ്ക്കയുടെ മണമുണ്ടാകണം. തൊട്ടിൽ വാതിലുകളും കിളിവാതിലുകളും തുറന്നുവെച്ച വീടാകണം.

തിങ്കളാഴ്ചയാണ് പ്രിയപ്പെട്ട ദിവസം. ശിശുക്കൾ വരുന്നത് തിങ്കളാഴ്ചയാണ്. ജോഷ്വ സൂര്യനുദിക്കുംമുൻപ് എഴുന്നേറ്റു. പ്രകാശം വന്നു

ചേരുന്നതിനുമുമ്പു സകല പ്രവൃത്തികളും മിന്നലിന്റെ വേഗത്തിൽ അവസാനിപ്പിച്ചു. മഴ പെയ്തു തുടച്ചെടുത്തതുപോലെ വീട് വൃത്തിയാക്കി. ദേവദാരുകൊണ്ടുള്ള ഉത്തരവും സരളവൃക്ഷം കൊണ്ട് കഴുക്കോലും തീർത്തു സ്വഭവനത്തെ പുതുക്കിപ്പണിതതായി ജോഷ്വ സങ്കല്പിച്ചു. ഭൂമിയിലെ അത്ഭുതങ്ങൾക്ക് അവസാനമില്ല. അല്ലെങ്കിൽ ഇങ്ങനെയൊന്ന് സംഭവിക്കുമോ? മഞ്ഞളും നാൽപ്പാമരവും മണക്കുന്ന മൂന്നു പെൺകുട്ടികളും ഒന്നിച്ച് ആശുപത്രിയിൽനിന്നിറങ്ങി. വിവേക് രാജനാരായണനെയും എബിനെയും വിളിച്ചു. നമുക്കൊന്നിച്ച് പോകാമെന്നു പറഞ്ഞു. ഞാനൊരു ട്രാവലർ പിടിക്കാം. അതാണ് സൗകര്യമെന്നും നിങ്ങളുടെ വഴി വരാമെന്നും ഒന്നിച്ചു വീട്ടിലെത്താമെന്നും പറഞ്ഞു.

റോഡിറങ്ങിയാൽ മതിലുകളൊന്നുമില്ലാത്ത ജോഷ്വയുടെ ഭവനത്തിനുമുന്നിൽ ട്രാവലർ വന്നു പതുങ്ങിനിന്നു. ഒട്ടും ധൃതി കാണിക്കാതെ അതിന്റെ കവാടങ്ങൾ തുറന്നു. ലില്ലിയും ഉമയും ഹന്നയും അവന്റെ ഭവനത്തിന്റെ വാതിലിനു നേരെ നടന്നു.

അവൻ വാതിൽ തുറന്നു. ശിശുക്കളെ ഉമ്മ വച്ചു വേദനിപ്പിക്കരുതെന്നു നിനച്ച് അവൻ മൂന്നു വദനങ്ങളിലേക്കും മാറിമാറിനോക്കി.

പൂദലങ്ങളിലെ ജലംപോലെ മൃദുലമായ നൂലുകളാൽ മെത്ത വിരിച്ചിട്ടുണ്ടെന്നും ശിശുക്കളുടെ കുഞ്ഞുസമയം അവിടെ നിദ്രയിലാവട്ടെയെന്നും ഇതും അവരുടെ ഭവനംതന്നെയെന്നും ജോഷ്വ പറഞ്ഞു.

എന്റെ അമ്മയുടെ ഭവനത്തിലേക്ക്, എന്നെ ഉദരത്തിൽ വഹിച്ചവളുടെ മുറിയിലേക്ക് ശിശുക്കളെ കൊണ്ടുവരാതെ നിങ്ങൾ പോകരുതെന്ന് അവൻ അപേക്ഷിച്ചു.

പെൺകുട്ടികളും ആൺകുട്ടികളും അതിനു നന്ദി പറഞ്ഞു.

മാടപ്രാവും പുഷ്പങ്ങളും അരുവിയും കലമാനിന്റെ കുട്ടിയും ആട്ടിൻകുട്ടിയും മൈലാഞ്ചി പൂങ്കുലകളും ആപ്പിൾപഴങ്ങളും മുന്തിരിയടയും വീഞ്ഞു സുഗന്ധവും മാതളനാരങ്ങകളും അതിന്റെ പൂക്കളും വെള്ളരിവള്ളികളും അതിന്റെ കായ്കളും തെക്കുവടക്കൻ കാറ്റുകളും പ്രേമവും കൊണ്ട് ഭവനം നിറഞ്ഞു. അവൻ ലോകത്തോട് നന്ദി പറഞ്ഞു. അമ്മമാർ ശിശുക്കളെ നെഞ്ചോടു ചേർത്തുവച്ച് മുകളിലെ ഭവനത്തിലേക്കുള്ള പടികൾ കയറി. പിതാക്കളോ പേരമരത്തിനെ പരതി. അത് അപ്രത്യക്ഷമായതിന്റെ രഹസ്യമറിഞ്ഞപ്പോൾ അവരും ലോകത്തോട് നന്ദി പറഞ്ഞു.

(ബൈബിളിലെ മനോഹരമായ പദാവലികളോട് കടപ്പാട്)

(ഭാഷാപോഷിണി 2021 ജനുവരി)

ദൈവത്തിന്റെ
പരകായ പ്രവേശങ്ങൾ

സനീഷിന്റെ അമ്മ

അവൻ വാതിൽ തുറക്കുകയാണ്. അവൻ വാതിൽ തുറക്കുന്ന ഒച്ച ദൈവം കേട്ടു. വൃത്തികെട്ട ഒരൊച്ച. ദുശ്ശകുനങ്ങളുടെ പിശാച് രാഗമാണ്ത്. ദൈവം തല ഭൂമിയോട് ചേർത്തുവെച്ച് അവനെ ചരിഞ്ഞുനോക്കി. അവൻ വീട്ടിൽനിന്നിറങ്ങിക്കഴിഞ്ഞു.

ദൈവം ഞൊടിയിടയിൽ അവന്റെ അമ്മയായി. സ്നേഹവാത്സല്യമായ രൂപം. അമ്മ വാതിൽക്കൽ വന്നുനിന്നു. അവൻ കേൾക്കാവുന്ന ഉച്ചത്തിൽ വിളിച്ചു.

"സനീഷേ..."

സത്യത്തിൽ, സനീഷിന്റെ അമ്മ വീടിന്റെ താഴത്തെ മുറിയിൽ അച്ഛന്റെ ഇടത്തേകാലിന്മേൽ അവരുടെ വലത്തേകാൽ വെച്ച് സുഖനിദ്രയിലാണ്. സനീഷിന്റെ യാത്ര ദൈവമറിയുമ്പോൾ അമ്മയുടെ കാൽ അനങ്ങിയത് ദൈവംപോലും കണ്ടിട്ടുണ്ടാവില്ല. അവൻ മുകളിലെ നിലയിൽനിന്ന് ക്രൂരനിശബ്ദതയിൽ ഇറങ്ങിവന്നതും വാതിൽ തുറന്നതും അമ്മ അറിഞ്ഞിട്ടേയില്ല. അമ്മ സുഖനിദ്ര തന്നെ. മുറിഞ്ഞുമുറിഞ്ഞുവീഴുന്ന ഓർമ്മിക്കാനാവാത്ത സ്വപ്നങ്ങളിൽ കോർത്തെടുത്ത നിദ്ര. പൂജാമുറിയിലെ ദൈവത്തിന് ജീവനില്ലാത്തതുകൊണ്ട് സനീഷ് കോവണിപ്പടിയിറങ്ങുന്നത് കാണാനിടയില്ല. പൂജാമുറിക്ക് തൊട്ടുതന്നെയാണ് അമ്മയുടെ മുറി. അതിനുമപ്പുറം വളയൻ കോവണികൾ. കോവണികൾ കയറിചെന്നാൽ വലതുഭാഗത്ത് സനീഷിന്റെ മുറി.

അച്ഛന്റെ ഇടത്തേക്കാലിൽ വലത്തേകാൽ വെച്ച് ലോകം മറന്നുറങ്ങുന്ന അമ്മയല്ല, അമ്മയായി പുറത്തുവന്ന ദൈവം എല്ലാമറിയുന്നുണ്ട്. വാതിൽ വലിച്ചുതുറന്നിറങ്ങിപ്പോയ വൃത്തിയില്ലാത്ത രണ്ടുകാലു

കൾ. പകനിറച്ച രണ്ട് കണ്ണുകൾ. വാതിൽക്കൽ വന്നുനിന്ന അമ്മ വീണ്ടും നിഷ്ക്കളങ്കയായി.

അമ്മ വിളിച്ചു, “സനീഷേ...’

സനീഷ് തിരിഞ്ഞുനോക്കി.

“നീയീ രാത്രി രണ്ടുമണിക്ക് എങ്ങോട്ടാ”

ദൈവം, അല്ല അമ്മയുടെ ചോദ്യം. ക്ലോക്ക് നോക്കാതെതന്നെ ദൈവത്തിന് സമയമറിയാം.

ആ തിരിഞ്ഞുനോട്ടമല്ലാതെ ഒരൊറ്റവാക്കവൻ ഉച്ചരിച്ചില്ല. പിന്നവൻ മറഞ്ഞു. ഇരുട്ടിൽനിന്ന് ഇരുട്ടിലേക്കെന്നപോലെ. പിന്നെ ദൈവവും മറഞ്ഞു.

ആ നേരം അമ്മ മുറിയിൽ അച്ഛന്റെ ഇടത്തേകാലിൽനിന്നും അമ്മയുടെ വെളുത്തകാൽ ഒരു കാരണവുമില്ലാതെ ഇറക്കിവെച്ചു. അമ്മ അസ്വസ്ഥയായി. അവർ തിരിഞ്ഞും മറിഞ്ഞും കിടന്നു. വരാൻ പോകുന്ന നല്ലതല്ലാത്ത എന്തിനെയോ നിദ്രയിലും അവർ സ്പർശിക്കുന്നുണ്ട്. മനുഷ്യരുടെ വിധിയെക്കുറിച്ചുള്ള രഹസ്യങ്ങളൊന്നും അറിഞ്ഞുകൂടാത്ത ഒരു പാവം സ്ത്രീയാണവർ. ദൈവത്തിനെല്ലാമറിയാമെന്ന് അമ്മയുടെ കാതിൽ ഒരു മന്ത്രംപോലെ ദൈവം മൊഴിഞ്ഞു. താനിപ്പോൾ നിസ്സഹായനാണെന്നും ദൈവം പറഞ്ഞു.

“അവനെന്റെ കയ്യിൽനിന്നും അകന്നുപോയി. ദൈവത്തോട് അവൻ ഒളിച്ചുകളിക്കുകയാണ്.”

ഇങ്ങനെ പറയുമ്പോൾ ദൈവത്തിന്റെ കണ്ണിൽ ഒരു തുള്ളി കണ്ണുനീര് നിറഞ്ഞു.

അമ്മ ഒന്നുകൂടി മറിഞ്ഞു കിടന്നു.

അമലേന്ദു

അമ്മയെ ഉപേക്ഷിച്ച ദൈവം ഇപ്പോൾ റസ്റ്റോറന്റിന്റെ മുകളിൽനിന്ന് പടികളിറങ്ങി. റസ്റ്റോറന്റിന്റെ മുകളിൽ ഒരു പായയിൽ ബംഗാളി ചെക്കൻ കിടന്നുറങ്ങുന്നുണ്ട്. അവൻ ഈ ചെറിയ പട്ടണത്തിലെ അത്രയൊന്നും വലുതല്ലാത്ത, എന്നാൽ നല്ല വൃത്തിയുള്ള റസ്റ്റോറന്റിലെ പണിക്കാരനാണ്. ചായയും കാപ്പിയും പൊറോട്ടയും ചപ്പാത്തിയും പൂരിയും കടലയും ബീഫ് കറിയും തേങ്ങ അരച്ചുവെച്ച കോഴിക്കറിയും പിട്ടും വീറ്റ് പൊറോട്ടയുമുണ്ട്.

അതെടുത്തുകൊടുക്കുന്ന പണി എന്തുമാത്രം ആനന്ദത്തോടെയാണ് അവൻ ചെയ്യുന്നത്. അവൻ സപ്ലൈ ചെയ്യുന്ന സീറ്റിൽ ചെന്നിരിക്കാൻ

ചിലരെങ്കിലും രഹസ്യമായി താല്പര്യം കാണിക്കാറുണ്ട്. ഭക്ഷണശാലയിലെ വേറൊരു സന്തോഷമാണത്.

അമേലന്ദു എന്ന നല്ല പേരാണവന്. ഡാർജിലിംഗിൽനിന്നും കഞ്ചൻ ഗംഗയിലേക്കുള്ള വഴിയിൽ ഗും എന്നു പേരുള്ള ബുദ്ധവിഹാരങ്ങൾക്ക് പിറകിലുള്ള നല്ല തെളിച്ചമുള്ള ഒരു ഗ്രാമമായിരുന്നു അവന്റെ വീട്. ഹിമാലയം അവൻ കണ്ടിട്ടില്ല. ഹിമാലയം അത്രയധികം ദൂരത്തിലല്ലെന്നും വലുതായാൽ നിനക്ക് ഹിമാലയം കാണാൻ പോകാമെന്നും അമ്മ ചെറുപ്പത്തിലേ ഇടക്കിടെ പറയാറുണ്ട്.

അമലേന്ദു എങ്ങനെ കൽക്കത്തയിലെത്തിയെന്നും പിന്നെ കേരളത്തിൽ കണ്ണൂരിലെത്തിയെന്നും പിന്നെ ഈ ചെറിയ പട്ടണത്തിലെ റസ്റ്റോറന്റിലെ പണിക്കാരനായതെന്നും ഒരു മനോഹരമായ അത്ഭുതംപോലെ അവനു തോന്നി. അത്രയൊന്നും ഭംഗിയില്ലാത്ത അവന്റെ ജീവിതത്തിന് ഒരു ചെറിയ ഭംഗി കിട്ടിയതുപോലെ അവൻ വിചാരിക്കാറുണ്ട്. മനുഷ്യരുടെ നന്മയ്ക്കു മുന്നിൽ കൈകൂപ്പി പ്രാർത്ഥിച്ചാണ് റസ്റ്റോറന്റിന് മുകളിലെ ചിത്രപ്പണികളുള്ള പായയിൽ അവൻ കിടന്നുറങ്ങാറുള്ളത്. ചിത്രപ്പണികളുള്ള പായ അവന് വാങ്ങിക്കൊടുത്തത് റസ്റ്റോറന്റിന്റെ ഉടമ ശ്രീജേച്ചിയാണ്.

നെരൂദ റസ്റ്റോറന്റ് എന്നാണ് ഈ റസ്റ്റോറന്റിന്റെ പേര്. പേരിന് എന്തോ സൗന്ദര്യമുണ്ടെന്ന് അവൻ വിചാരിച്ചിരുന്നു. അതിന്റെ അർത്ഥമൊന്നും അവനറിഞ്ഞുകൂടാ. നെരൂദ എന്നു പറഞ്ഞാലെന്താണെന്ന് ഒരു രാത്രി റസ്റ്റോറന്റിന്റെ അകം വൃത്തിയാക്കി വെറുതെയിരിക്കുമ്പോൾ ശ്രീജേച്ചിയോട് അമലേന്ദു ചോദിച്ചിരുന്നു. അത് ശ്രീജേച്ചിയുടെ മകൻ അരവിന്ദന് ഇട്ട പേരാണെന്നും അതേതോ എവിടെയോ ഉള്ള കവിയുടെ പേരാണെന്നും മാത്രമേ അവർക്കറിയാമായിരുന്നുള്ളു. മാച്ചുപിക്ചുവിന്റെ ഉയരങ്ങളൊക്കെ അറിയുന്ന കുട്ടിയായിരുന്നു അരവിന്ദ്. അതുകൊണ്ട് റസ്റ്റോറന്റിന്റെ കൗണ്ടറിൽ തൊട്ടുപിറകിൽ, ഗ്ലാസിൽ പച്ചനിറത്തിൽ അവനെഴുതിവെച്ചിരുന്നു.

'അറിയപ്പെടാത്ത മനുഷ്യരുമായി നീ എനിക്ക് സാഹോദര്യം നൽകി.'

റസ്റ്റോറന്റിൽ വന്നവരെല്ലാം അതു വായിച്ചു.

ആ കൗണ്ടറിനുമുണ്ട് ഒരു സവിശേഷത. കൗണ്ടറിൽ കാഷ്യറില്ല. റസ്റ്റോറന്റിൽ ഭക്ഷണംകഴിച്ചതിന്റെ തുക സപ്ലയർമാർ അവരോട് പറയും. അതവിടെ വിജനമായ കൗണ്ടറിൽ വെച്ചോളൂ...ബാക്കിയെടുക്കാൻ ചില്ലറയുണ്ടാകും. ഇല്ലെങ്കിൽ ഉള്ളതു വെച്ചോളൂ...മുഴുവനുമില്ലെങ്കിൽ ആ നോട്ടുബുക്കിൽ എഴുതിവെക്കാം. വേണ്ട. അങ്ങനെ ചെയ്തില്ലെ

ങ്കിലും സാരമില്ല. പിന്നെ വരുമ്പോൾ ചെയ്താലും മതി. നെരൂദ റസ്റ്റോറന്റിന്റെ ശീലമതാണ്. അധികമാരും പണം വെക്കാതെ കടന്നുപോയിട്ടില്ല. അപൂർവ്വം, അപൂർവ്വം ചിലരൊഴികെ. ബോധപൂർവ്വമല്ല, അവരുടെ കയ്യിൽ പണമുണ്ടാകില്ല. വിശക്കുന്നുവെങ്കിൽ പണത്തിനെക്കുറിച്ച് ആലോചിക്കരുത്. എന്നെങ്കിലും അവർ വീണ്ടും വരാതിരിക്കില്ലെന്ന് ശ്രീജേച്ചി പറയും. ശ്രീജേച്ചി കവിത വായിക്കാറില്ല. ശ്രീജേച്ചി നെരൂദ എഴുതിയിട്ടില്ലാത്ത ഒരു കവിതയാണെന്ന് അരവിന്ദിന്റെ സഹപാഠി അർപ്പിത പറയാറുണ്ട്.

അമലേന്ദു നെരൂദ റസ്റ്റോറന്റിൽ നല്ല വൃത്തിയുള്ള വേഷം ധരിച്ചുവന്നു. കറികൾ മറിഞ്ഞ് അവന്റെ പാന്റും ഷർട്ടും ചീത്തയാകരുതെന്നു ജാഗ്രത അവനുണ്ടായിരുന്നു. ഇടയ്ക്കിടെ അവൻ കൈകൾ കഴുകി വെടിപ്പാക്കി. ബംഗാളിചെക്കനെ കുറിച്ച് റസ്റ്റോറന്റിൽ കയറിവന്നവരെല്ലാം നല്ലതുമാത്രം പറഞ്ഞു. എല്ലാവരും അവനെ സ്നേഹത്തോടെ അഭിവാദ്യം ചെയ്തു.

സനീഷ് നിരത്തിലൂടെ, നെരൂദ റസ്റ്റോറന്റിന്റെ മുന്നിലൂടെ, രാത്രിയിലെ വെളിച്ചത്തിലൂടെ അസ്ത്രംപോലെ നടന്നുനീങ്ങുമ്പോൾ അമലേന്ദു ചിത്രപ്പണികളുള്ള പായയിൽ കിടന്നുറങ്ങുകയായിരുന്നു. അവൻ ഗാഢമായി ഉറങ്ങട്ടെ എന്ന് മനസ്സിൽ പറഞ്ഞ ദൈവം, അമലേന്ദുവായി പടികളിറങ്ങി. നിരത്തിലേക്കു നോക്കി, നാലാമത്തെ പടിയിൽനിന്നു അമലേന്ദു വിളിച്ചു.

"സനീഷ്..."

സകല വൈകുന്നേരങ്ങളിലും പൊറോട്ടയും ബീഫും കഴിക്കാൻ വരുന്ന സനീഷിനെ അമലേന്ദു പരിചയപ്പെട്ടിരുന്നു. ചിരിക്കാനൊന്നുമറിഞ്ഞുകൂടാത്ത കുട്ടികൾ കണ്ണൂരിലുണ്ടോ എന്നിവൻ സനീഷിനെ കാണുമ്പോഴെല്ലാം അത്ഭുതപ്പെട്ടു. ഒരു തുറിച്ചനോട്ടം, എപ്പളും ഒരു സംശയാലു. ഓർഡർ ചെയ്താൽ മുന്നിൽ വെക്കുന്ന ഫുഡിനെ അവൻ തുറിച്ചുനോക്കും. ഫുഡ് വെച്ച അമലേന്ദുവിനെ ഒരു ത്രിശൂല നോട്ടം. ഒരുദിവസം അവൻ അമലേന്ദുവിനോട്, അമലേന്ദുവിന്റെ പേര് ചോദിച്ചു. അമലേന്ദു, അമലേന്ദു എന്നു പറഞ്ഞു- പിന്നെ നോട്ടത്തിനൊരു മയം. ത്രിശൂലത്തിൽ കൂർത്ത ഭാഗമില്ല. ഒരുദിവസം അവൻ ബീഫ് കഴിക്കുന്നത് നിർത്തി. കോഴിക്കറി വാങ്ങും. ബീഫെടുക്കട്ടെ എന്നു ചോദിച്ചാൽ അവൻ കണ്ണുമിഴിച്ച് നോക്കും. വീണ്ടും ത്രിശൂലം വിരിയും. കല്ലുപോലൊരു ചെക്കൻ. പിന്നെ ബീഫ് എന്ന വാക്ക് സനീഷിന്റെ മുന്നിൽ അമലേന്ദു ഉച്ചരിച്ചിട്ടില്ല.

തിന്നുന്നതിനിടയിൽ റസ്റ്റോറന്റിൽ കയറി വരുന്നവരെയെല്ലാം അവൻ നോക്കും, വെറുപ്പോടെ. ഞാൻ ഒറ്റയ്ക്കു മതി ഈ തീൻമേശകൾക്കിടയിൽ എന്ന ആർത്തി പൂത്ത ഭാവം.

നിരത്തിലേക്കു നോക്കി അമലേന്ദു ഉച്ചത്തിൽ വിളിച്ചു.

"സനീഷ്..."

സനീഷ് ഒന്നുനിന്നു. മങ്ങിയ വെളിച്ചത്തിൽ അവന്റെ കണ്ണുകളിലെ തീഗോളം കാണാം.

"നീ എവിടെയാ ഈ അർദ്ധരാത്രിയില് സ്പീഡില് പോകുന്നത്?"

സനീഷ് കുതിച്ചുനടന്നു.

ചിത്രപ്പണികളുള്ള പായയിൽ കിടന്ന് അമലേന്ദു ഒരു സ്വപ്നം കണ്ടു. ബുദ്ധവിഹാരത്തിന് മുന്നിലെ കരിങ്കല്ലുകൾ പാകിയ മുറ്റത്തിലൂടെ നടക്കുകയായിരുന്നു അവൻ. നല്ല വെയിലുള്ള പകൽ. ചൂടുപിടിച്ച കരിങ്കല്ലുകൾ. കാലുപൊള്ളുന്നു. പൊള്ളുന്ന കാൽ മാറ്റിമാറ്റി വെച്ച് ബുദ്ധവിഹാരത്തിന് മുന്നിലൂടെ അവൻ ഓടി, അവൻ രണ്ടുകാലും പായയിൽ കിടന്നു മേലോട്ടു മേലോട്ടു വലിച്ചു

ദൈവം അമലേന്ദുവിനെ ഉപേക്ഷിച്ചു. റസ്റ്റോറന്റിന്റെ പടവുകളിറങ്ങാതെ തന്നെ ദൈവം നിന്ന നിൽപ്പിൽ മറഞ്ഞു.

ഒന്നരവയസ്സുള്ള കുട്ടി.

ഇപ്പോൾ പുലർച്ചെ നാലുമണിയാകാൻ പോകുന്ന നേരമാണ്. ആകാശത്തിൽനിന്നും താഴേക്ക് വെളിച്ചം വീണിട്ടില്ല. സനീഷ് പുരാണങ്ങളിലെ വീരാളിയായ ഒരു കഥാപാത്രം എറിഞ്ഞ കത്തിമുനപോലെ നിരത്തിലൂടെ കുതിക്കുകയാണ്. ഒരു ശൂലമുന പറക്കുകയാണ്. ഒഴിഞ്ഞ തെരുവാണത്.അപ്പുറവും ഇപ്പുറവും ഷോപ്പുകളൊന്നുമില്ല. ക്ഷീണിച്ച തെരുവ് വെളിച്ചം മാത്രം സനീഷിനെ ഉറ്റുനോക്കുന്നുണ്ട്. മനുഷ്യഗന്ധം തീരെയില്ല.

വലത്തേക്കുള്ള ഒരു കട്ട് റോഡിലേക്ക് കത്തിമുന വഴിപിരിഞ്ഞു. കൃത്യമാണത്. അത്രയധികം വീതിയൊന്നുമില്ലാത്ത ഒരു കാറിനു പോകാൻ പറ്റുന്ന റോഡ്. ആ വഴിക്കിരുവശവും വീടുകളുണ്ട്. അമ്പാടിയിലേക്കുള്ള വഴിയെന്ന് സനീഷ് ഭാവനചെയ്തു. വലിയ ഭാവനകളൊന്നുമുള്ള കുട്ടിയല്ല അവൻ. അവന്റെ പരിമിതമായ ഭാവനയുടെ തടങ്കൽപ്പാളയങ്ങളിൽ അമ്പാടി, അയോധ്യ, കുരുക്ഷേത്രം, കംസൻ, രാവണൻ, ശ്രീരാമൻ, ശ്രീകൃഷ്ണൻ തുടങ്ങിയ സ്ഥലികളും കഥാപാത്രങ്ങളും മാത്രമേയുള്ളൂ.

വിത്തിന്റെയോ വൃക്ഷത്തിന്റെയോ ഓർമ്മ

കട്ട്റോഡിലേക്ക് സനീഷ് തിരിഞ്ഞ അതേ സമയം ഓലമേഞ്ഞ ചെറിയ വീട്ടിലെ അകത്തെ പുൽപ്പായയിൽ ഒന്നരവയസ്സുള്ള ഒരു ആൺകുട്ടി മൂത്രമൊഴിച്ചു. മൂത്രമൊഴിച്ചുകഴിഞ്ഞാൽ അവനു കരയണം. കുറ്റബോധംകൊണ്ട് നനഞ്ഞ ഒരു കുട്ടിത്തുണിപോലെ അവന്റെ മനസ്സ് വിങ്ങും. അമ്മയോട് 'ഇച്ചി' എന്നു പറഞ്ഞില്ലല്ലോ എന്നോർമ്മിച്ചാണ് അവൻ കരയുക. അമ്മയുടെ ഉറക്കം ഞെട്ടി. അമ്മ തുണിയിലെ മൂത്ര നനവിനെ സ്പർശിച്ചു. 'കള്ളാ' എന്നു മനസ്സിൽ വിളിച്ച് പറ്റിച്ച ല്ലോ എന്ന് ഉച്ചത്തിൽ പറഞ്ഞ് അമ്മ മൂത്രത്തുണി മാറുമ്പോൾ കുട്ടി ആരുമ റിയാതെ ദൈവമായി, വാതിൽ തുറന്നുവന്നു.

അവൻ പുറത്തിറങ്ങി.

ഒന്നരവയസ്സുള്ള ദൈവം നിരത്തിൽ അസ്ത്രംപോലെ കുതിക്കുന്ന ഏട്ടനെ കണ്ടു. അപ്പോൾ ദൈവം മുറ്റത്തിറങ്ങി ചരൽക്കല്ലുകളിലൂടെ നടന്നു. ചെമ്പരത്തിയുടെ തൊട്ടടുത്തു നിന്നു. ചെമ്പരത്തിപ്പൂ 'ചെക്കാ' എന്നു വിളിച്ചു, ഒന്നുകൂടി ചുവന്നുതുടുത്തു. താഴെ അവൻ ബാക്കി മൂത്രമൊഴിച്ചു. കണ്ണുകൾ നിരത്തിൽതന്നെ. നിരത്തിലേക്ക് നോക്കി ഉച്ച ത്തിൽ വിളിച്ചു.

"ഏട്ടാ..."

സനീഷ് 'ഠക്' എന്നു നിന്നു. വിളിയുടെ ഭാഗത്തേക്ക് അവനൊന്നു നോക്കി. മൂത്രമൊഴിക്കുന്ന ചെറിയ ചെക്കൻ.

കലപില ഒച്ചയിൽ ചെക്കന്റെ ചോദ്യം അപരിചിതമായ ബാല്യത്തിന്റെ ഭാഷയിലായിരുന്നു. വികൃതവും നിഷ്ക്കളങ്കവുമായ വാക്കുകൾ. ലിപി കളില്ല. ഒരു വൃത്തികെട്ട സ്നേഹഭാഷയെന്നു സനീഷിനു തോന്നി. അർത്ഥം സനീഷിന് പിടികിട്ടിയില്ല. സ്നേഹഭരിതമായതെല്ലാം സനീ ഷിന് അന്യമാണല്ലോ - 'എകിതയാ പോതുന്നത്.'

ഇങ്ങനെയൊരു നേരത്ത് ഒന്നരവയസ്സുകാരനും അവന്റെ നിഷ്ക്കള ങ്കതയ്ക്കും കളിക്കാൻ ഒരു മൈതാനവുമില്ല.

ചെക്കനോട് സനീഷിന് ഉത്തരമില്ല. സനീഷ് വെറുപ്പോടെ അവനെ നോക്കി. ചെറിയ കുട്ടികളെ അവനൊട്ടും ഇഷ്ടമായിരുന്നില്ല.

അമ്മ മൂത്രത്തുണികൾ മാറ്റി. കറുപ്പു കള്ളികളുള്ള അച്ഛന്റെ കീറിയ ലുങ്കി വിരിച്ചു. അവനെ ചരിച്ചുകിടത്തി. കുട്ടിത്തുണിയിൽ, ഒന്നുമറിയാതെ അവനുറങ്ങി.

ഒന്നരവയസ്സുള്ള ദൈവം ചെമ്പരത്തിക്കാടുകൾക്കു മുന്നിൽ സങ്കട പ്പെട്ട് നിന്നു. ലോകം എന്തുമാത്രം കളങ്കപ്പെട്ടുപോയെന്നോർത്ത് അവന്റെ കുഞ്ഞുകണ്ണ് നനഞ്ഞു.

രണ്ട് പൂച്ചക്കുഞ്ഞുങ്ങൾ

"മനുഷ്യരെക്കുറിച്ചൊന്നും മിണ്ടരുത്. മിണ്ടിയാൽ അവരുടെ നീച പ്രവൃത്തികളെക്കുറിച്ചേ ഈ കാലത്ത് പറയാനുള്ളു." എന്നു പൂച്ചക്കുഞ്ഞുങ്ങളെ ഉത്കണ്ഠപ്പെടുത്തിയും വേവലാതി നിറച്ചുമാണ് അമ്മപ്പൂച്ച ഇന്നലെ രാത്രി ഉറങ്ങാൻ കണ്ണടച്ചത്. തൊട്ടുപിറകെ പൂച്ചക്കുഞ്ഞുങ്ങൾ, എന്തൊക്കെയോ ഓർമ്മിച്ചും വിചാരിച്ചും പേടിച്ചും വെള്ളക്കണ്ണുകളടച്ചു. രണ്ടുകുഞ്ഞുങ്ങളും ഉറങ്ങിപ്പോയി. സനീഷ് വീട്ടുമുറ്റത്തെത്തിയ നേരം പൂച്ചക്കുഞ്ഞുങ്ങളുടെ ഉറക്കം ഞെട്ടി. മുറ്റത്ത് അവർക്ക് അരുതാത്തെന്തോ മണത്തു. ചെരിപ്പുകൾ അടുക്കിവെച്ച ചെറിയ തട്ടുകൾക്ക് താഴെ കീറിയതും പച്ചനിറത്തിലുള്ളതുമായ തടിച്ച കോട്ടൺ തോർത്തിനു മുകളിലാണ് അമ്മയും രണ്ടു പൂച്ചക്കുഞ്ഞുങ്ങളും ഉറങ്ങിയിരുന്നത്. ഒരു പൂച്ചക്കുഞ്ഞ് മറ്റേ പൂച്ചക്കുഞ്ഞിന്റെ കണ്ണുകളിലേക്കു നോക്കി. പേടിച്ചു നനഞ്ഞുകുതിർന്നുപോയ കണ്ണുകൾ. അമ്മ മനുഷ്യരെക്കുറിച്ച് പറയുന്ന കഥകളെല്ലാം ഒന്നുകിൽ പേടിപ്പിക്കുന്നതാണ്. അല്ലെങ്കിൽ സങ്കടപ്പെടുത്തുന്നതാണ്.

വെളിച്ചം, അപരിചിതമായ വീട്ടിൽ മടിച്ചുമടിച്ചെത്തുന്ന പൂച്ചകളെപ്പോലെ പതുങ്ങിനിന്നു. സനീഷിന്റെ പാദപതനങ്ങളിൽ പൂച്ചക്കുഞ്ഞുങ്ങൾ കിടിലം കൊണ്ടു. ദൈവം ഒട്ടും അറച്ചുനിന്നില്ല. ഒറ്റച്ചാട്ടത്തിനെന്നപോലെ അതു പൂച്ചക്കുഞ്ഞുങ്ങളുടെ മനസ്സിൽ അള്ളിപ്പിടിച്ചു കയറി.

രണ്ട് മ്യാവൂകൾ, സനീഷിനെ തൊട്ടു. ഇടക്കവർ വേഗതയിലുള്ള അവന്റെ കാലുകളെ രണ്ടുഭാഗത്തുനിന്നും നക്കി.

"പോ മടങ്ങിപ്പോ." എന്ന് ഒരു മ്യാവൂ പറഞ്ഞു.

അന്നേരം മറ്റേ മ്യാവൂ 'അരുതേ' എന്നു കരഞ്ഞു.

സനീഷിന്റെ കോപം കാലുകളിലേക്കൂളിയിട്ട് വന്നു. ശരീരത്തെ തൊടുന്ന സ്നേഹത്തെ അവന് വെറുപ്പായിരുന്നു. ഒറ്റച്ചവിട്ട്. രണ്ട് പൂച്ചക്കുഞ്ഞുങ്ങൾക്ക് നേരെയും ഒരേ സമയത്ത് ആഞ്ഞുചവിട്ട്. രണ്ട് ദൈവങ്ങൾ കരഞ്ഞു ഒച്ചയിട്ട് മറഞ്ഞു.

അമ്മയുടെ നെഞ്ചിനടിയിലായിരുന്നു പൂച്ചക്കുഞ്ഞുങ്ങൾ. സഹിക്കാനാവാത്ത വേദനയിൽ അവർ നെഞ്ചുകൾ ചേർത്തുവെച്ചു. നെഞ്ചുപൊട്ടുന്ന മരണവേദന.

സനീഷ് വീടിന്റെ വാതിലിന് ആഞ്ഞുചവിട്ടി. വാതിലിനു മുന്നിൽ നിന്ന് ഭൂമിയിലെവിടെയുമുള്ള പുലർകാലം കേൾക്കെ അവൻ അലറി. അലറലിന്റെ ഇരുണ്ട പുലർകാലം. അമ്മയും പൂച്ചക്കുഞ്ഞുങ്ങളും നെഞ്ചിന്റെ ചൂട് കൈമാറി, നിസ്സഹായരായി കണ്ണടച്ചുകിടന്നു.

എഴുത്തുവീട്

വാതിൽപ്പാളികൾ അടർന്നുവീണു. വാതിലുകൾ മാത്രം നിലവിളിച്ചു. എഴുത്തുകാരൻ കിടക്കുന്ന മുറിയും സനീഷിനറിയാം. മുറിയുടെ വാതിൽ തുറന്നുകിടന്നിരുന്നു. ഉറങ്ങുമ്പോൾ മാത്രമാണ് മുറിയുടെ വാതിൽ അടക്കാറുള്ളത്. എഴുതുമ്പോൾ രണ്ട് ജാലകങ്ങളും ഈ വാതിലും അയാൾ മലർക്കെ തുറന്നിടും. വാക്കുകൾക്ക് കടന്നുവരാനുള്ള സ്വാതന്ത്ര്യത്തിനുവേണ്ടിയാണതെന്ന് അയാൾ വിചാരിച്ചിരുന്നു.

മുറിയിൽ സനീഷ് പ്രവേശിക്കുമ്പോൾ കഥയുടെ അവസാനത്തെ വാചകം എഴുതുവാനുള്ള ശ്രമത്തിലായിരുന്നു എഴുത്തുകാരൻ. ഇന്നലെ രാത്രിയാണ് കഥ എഴുതുന്നതിനുവേണ്ടി എഴുത്തുകാരൻ ഈ വീട്ടിലേക്കു വന്നത്.

അശോക് എന്നായിരുന്നു അയാളുടെ പേര്. അശോകിന്റെ എഴുത്തുവീടാണിത്. അത്ഭുതം എന്നു പറയട്ടെ, അമ്മപ്പൂച്ചയും രണ്ടു പൂച്ചക്കുഞ്ഞുങ്ങളും നഗരത്തിലെ അയാളുടെ താമസവീട്ടിൽനിന്നും പതിനെട്ട് കിലോമീറ്റർ നടന്ന് എഴുത്തുകാരൻ വരുന്നതിനു തൊട്ടുമുൻപേ രാത്രി ഇവിടെ എത്തിയിരുന്നു. അശോക്, കഥ ഇന്നുരാത്രി എഴുതണമെന്ന് പകൽ രാവിലെ തീരുമാനിക്കുമ്പോൾത്തന്നെ അമ്മയും കുഞ്ഞുങ്ങളും യാത്ര പുറപ്പെട്ടിരുന്നു. വഴികൾ അവർക്കപരിചിതമായിരുന്നില്ല. അശോകിന്റെ പുതിയ കഥയുടെ യാത്ര തുറക്കുക തന്നെയായിരുന്നു പൂച്ചകൾ. ഒരിക്കലും പൂട്ടിയിടാത്ത വീടായിരുന്നു എഴുത്തുവീട്. പൂച്ചകൾ വീടിനകവും പുറവും നടന്നു കഥകളെ പരതി, അശോകനെ കാത്തുനിന്നു. മുക്കിലും മൂലയിലും അശോക് എഴുതാൻ പോകുന്ന കഥയുടെ സുഗന്ധം അവർ മണത്തു.

ഈയടുത്തകാലത്ത് മാത്രം അറിയപ്പെട്ടുതുടങ്ങിയ ചെറുപ്പക്കാരനായ എഴുത്തുകാരനാണ് അശോക്. നഗരത്തിൽ ഭാര്യയും രണ്ട് ചെറിയ പെൺമക്കളുമടങ്ങുന്ന വീട്ടിലെ വാസവും എഴുത്തുവീട്ടിലെ വിശാലമായ മുറിയിലെ എഴുത്തും മാത്രമായിരുന്നു അയാളുടെ ജീവിതം. പൊതുവേദികളിലൊന്നും ആരുവിളിച്ചിട്ടും ഈ ചെറുപ്പക്കാരൻ വന്നിട്ടില്ല. പേനമഷിയിൽ ജീവിതത്തിന്റെ കടലിളകി. ചിലപ്പോളത് പ്രളയമായി. വായനക്കാരിൽ ചിലരെങ്കിലും അവിടെയുമിവിടെയുമായി അയാളെ കാത്തിരുന്നു.

അവസാനത്തെ വാചകമെഴുതാൻ അയാൾ പേനയെടുക്കുമ്പോളാണ് സനീഷ് പൂച്ചക്കുഞ്ഞുങ്ങളെ ചവിട്ടിയത്. കാലിലെ ദേവസ്പർശമൊന്നും സനീഷ് അറിഞ്ഞില്ല. പേന മുഖത്ത് മഷി തുടിച്ചുവന്നു. അതെന്തോ

ആവാൻ കൊതിച്ചു.

ഒട്ടും തൃപ്തിയില്ലാത്തതുകൊണ്ട് അശോക് പേനയെ നിലത്തുകിടത്തി. 'നീ കുറച്ച് വിശ്രമിക്ക്' എന്നു പറയുംപോലെ. അശോക് മൊബൈലിൽ ഡോ.അക്ബറിന്റെ നമ്പറിന് പരതി. ഡോ.അക്ബർ അശോകിന്റെ എസ്.എസ്.എൽ.സി കാലം മുതലെയുള്ള സുഹൃത്താണ്. നല്ല വായനക്കാരനായ ഡോക്ടർ. ക്ലിനിക്കിൽ എപ്പോഴും രോഗികൾക്ക് മുൻപിൽ ഒരു ഫിക്ഷൻ, വായിച്ച പേജ് വരെ, അടയാളപ്പെട്ടുകിടന്നു. എഴുത്തിൽ വഴിമുട്ടി നിൽക്കുമ്പോഴെല്ലാം അശോക്, അക്ബറിനെ വിളിക്കാറുണ്ട്. ഒരു കഥാപാത്രത്തിന്റെ പേരിന്, ആദ്യത്തെ വാക്കുകൾക്ക്, കഥ പറച്ചിൽ സ്തംഭിച്ചുപോയേടത്ത്, കഥ അവസാനിപ്പിക്കുന്ന സൗന്ദര്യത്തിന്, ശക്തിക്ക്, ലാളിത്യത്തിന് - അങ്ങനെ വിളിച്ചാൽ കഥയെപ്പറ്റി ഒരക്ഷരം മിണ്ടില്ല. കുടുംബവിശേഷങ്ങൾ പറയും. ഡോക്ടറുടെ തിരക്കിനെപ്പറ്റി സന്തോഷിക്കും. രോഗികളുടെ ധർമ്മസങ്കടങ്ങളെപ്പറ്റി, രാഷ്ട്രീയം, ചില വളിപ്പുകൾ, ചില സ്വപ്നങ്ങൾ...കഥ മാത്രമില്ല. നീണ്ട സംഭാഷണത്തിനവസാനം എനിക്കെഴുതാനുണ്ട് എന്നു പറഞ്ഞാവും മൊബൈൽ ഓഫ് ചെയ്യുക. കഥയ്ക്ക് ജീവൻ വന്നതുപോലെ എഴുത്തുകാരൻ പേനയെടുക്കും.

അശോക് ഡോ.അക്ബറിനെ വിളിച്ചു. ഇപ്പോൾ ഡോക്ടർ ആശുപത്രിയിൽനിന്നും ഇറങ്ങിയതേയുള്ളു. രാത്രി മുഴുവൻ ഒരു രോഗിക്ക് അയാൾ കാവലിരുന്നതിന്റെ കഥ പറഞ്ഞു. എന്തൊരു ആഹ്ലാദമാണാ വാക്കുകളിൽ. നല്ല കഥ പറച്ചിലുകാരനാണ് അക്ബർ. രോഗിയുടെ പേര്, ഭാര്യ, മക്കൾ, രോഗത്തിന്റെ സങ്കീർണ്ണത, ദാരിദ്ര്യം.

“ഇപ്പോൾ സദാനന്ദൻ കണ്ണുതുറന്നിട്ടുണ്ട്. ചിലതെല്ലാം അയാൾ തിരിച്ചറിയുന്നുണ്ട്. ഓങ്കോളജിയിൽ ഇനി എത്രദിവസം അയാളെ ഭൂമിയിൽത്തന്നെ നിർത്താം എന്ന പരിഹാരമേയുള്ളൂ. പുലരാൻനേരം അയാൾ ചിരിച്ചു. ജീവിതത്തെ നോക്കിയുള്ള ആ ചിരി മതി നാലഞ്ചു മാസം അയാളെങ്ങും പോകില്ല.”

പിന്നെ വിളിക്കാം എന്നുപറഞ്ഞ് പൊടുന്നനെ അശോക് മൊബൈൽ കട്ട് ചെയ്തു.

കഥയ്ക്ക് ജീവന്റെ തുടിപ്പ്. പേന ഉത്സാഹം കാണിച്ചു. അശോക് എഴുത്തുമേശയ്ക്കു മുന്നിൽ വന്നിരുന്നു. അവസാനത്തെ വാക്ക്. ഒരു പുലർകാലനക്ഷത്രം പോലെ കടലാസ്സിന്റെ ആകാശത്ത് കൊത്തിവെയ്ക്കപ്പെട്ടു. അശോക് എഴുതി അവസാനിപ്പിച്ചു.

സനീഷ് അലറി, “അവസാനത്തെ വാചകം എഴുതിക്കഴിഞ്ഞില്ലെ

ങ്കിൽ ഞാൻ നിന്നെ വെറുതെ വിടുമായിരുന്നു. എത്ര നിഷ്ഫലമാകുമായിരുന്നു എന്റെ രാത്രിയാത്ര."

"സത്യമായും ഞാനത് എഴുതിക്കഴിഞ്ഞു. അങ്ങനെയല്ലാതെ എനിക്കത് അവസാനിപ്പിക്കാനാവില്ല."

സനീഷ് കുനിഞ്ഞുനിന്ന് അതു വായിച്ചു. തല ഉയർത്തി രൂക്ഷമായി അശോകിനെ നോക്കി. എഴുത്തുകാരൻ മാത്രം കേൾക്കാവുന്ന ഒച്ചയിൽ സനീഷ് പറഞ്ഞു.

"ഇത്ര പ്രസാദത്തോടെ, പ്രതീക്ഷയോടെ, ആനന്ദത്തിന്റെയും സ്നേഹത്തിന്റെയും വെളിച്ചത്തിൽ കഥ അവസാനിപ്പിച്ചത് ശരിയായില്ല. ഞങ്ങളുടെ ലോകനീതി അതല്ല."

സനീഷ് എഴുത്തുകാരന്റെ മുഖത്തിനു നേരെ കുതിച്ചുവന്നു.

അമ്മപ്പൂച്ചയും രണ്ടുകുഞ്ഞുങ്ങളും മാത്രം നിശ്ശബ്ദമായി മ്യാവൂവിൽ നിലവിളിച്ചു.

പൂച്ചക്കുഞ്ഞുങ്ങൾക്ക് ഉച്ചത്തിൽ നിലവിളിക്കാനറിയില്ല. പതുക്കെപ്പതുക്കെ രോമനിബിഡമായ ഇമകളാൽ കണ്ണടക്കാനേ അറിയൂ. ദൈവം നിസ്സഹായനായി കണ്ണടക്കുന്നതുപോലെ.

(സമകാലിക മലയാളം 2021 ഫിബ്രവരി 8)

ബാർലി

സ്നേഹത്തിന്റെ വെളുത്ത കൂട്ടാണതിന്. പഞ്ചസാര ഒട്ടും അധികമില്ല. പാല് നല്ല മനുഷ്യന്റെ ഹൃദയംപോലെ, നാവിനെ മാത്രമല്ല, ശരീരത്തെയും മനസ്സിനെയും മുഴുവൻ സ്പർശിക്കുന്ന പാതി മധുരമുള്ള രുചി. ബാർലി കുടിക്കാൻ മാത്രമാണ് പലപ്പോഴും കോഫീഹൗസിലേക്ക് ഉണ്ണികൃഷ്ണൻ വരുന്നത്. ചിലപ്പോൾ അയാൾ ഒറ്റയ്ക്ക്. മറ്റുചിലപ്പോൾ അടുത്ത ചില സുഹൃത്തുക്കൾ. അപൂർവ്വം അയാളുടെ ഭാര്യ സവിതയും. കഴിഞ്ഞ രണ്ടുമാസമായി ഉണ്ണികൃഷ്ണൻ കോഫിഹൗസിൽ വന്നിട്ട്.

ഏതാണ്ട് രണ്ടുമാസം നീണ്ട യാത്രയായിരുന്നു. ഹിമാലയൻ തീർത്ഥാടനം. ക്ഷേത്രങ്ങളിലെ സൗന്ദര്യദർശനം. വലിയ പട്ടണങ്ങൾ, ചെറിയ റെയിൽവേസ്റ്റേഷനുകൾ. കുന്നുകൾക്കു താഴെയുള്ള ഹോട്ടലുകൾ, പാലങ്ങൾ. മഞ്ഞിൽ വിറങ്ങലിച്ചുനിൽക്കുന്ന ഗ്രാമങ്ങൾ. പ്രകാശരേഖകൾ പോലെ ചെറിയ വീടുകൾ. ട്രൗസറിട്ടു കളിച്ചുനടക്കുന്ന കുട്ടികൾ. അപരിചിതമായ രാത്രികൾ. അപരിചിതരായ മനുഷ്യരുടെ സ്നേഹപ്രകടനങ്ങൾ...സന്തോഷം..സന്തോഷം. അപ്പോഴും വല്ലതും കഴിക്കാൻ ചെറിയ വൃത്തിയുള്ള റസ്റ്റോറന്റുകളിൽ കയറുമ്പോൾ അവർക്കതുന്നെ നഷ്ടമാകുന്നു. ബാർലി. ഇളംചൂടുള്ള സത്യം.

ഇന്ന് സവിത അയാളോടൊപ്പമുണ്ട്.

റോഡിലേക്ക് ജനൽവഴി നോക്കാൻ കഴിയുന്ന നാലാമത്തെ വരിയിലെ സീറ്റിൽ അവർ ഇരുന്നു.

“എനിക്കൊരു ബാർലി മതി. നിനക്ക് മസാലദോശകൂടി ആയാലോ?”

“എനിക്കും ബാർലി മതി.”

അത്രയധികമൊന്നും സമയമെടുത്തില്ല. രണ്ടുകപ്പ് ബാർലി വന്നു. നാവാണാദ്യം തിരിച്ചറിഞ്ഞത്. ഇഷ്ടമില്ലാത്ത ഒന്നിനെപ്പോലെ ഉണ്ണികൃഷ്ണൻ കപ്പ് മേശപ്പുറത്തു വച്ചു.

പഴയ വെളുപ്പില്ല അതിന്. എന്തോ ഒരു അരുചിയും.

അയാൾ വെള്ളത്തലപ്പാവുകാരനെ മാടിവിളിച്ചു.

“ഇതെന്താ ഇങ്ങനെ? എന്തുപറ്റി? ബാർലിപ്പൊടി മാറിയോ?”

"പൊടി അതുതന്നെ. ബാർലി കൂട്ടുന്ന ആൾ മാറി."

"ഇന്നു ലീവാണോ?"

"അയ്യോ അല്ല. കഴിഞ്ഞ ശനിയാഴ്ച അയാൾ മരിച്ചു. ശരിയാ..കുഞ്ഞബ്ദുള്ളക്കയുടെ സ്വഭാവം പോലെ തന്നെയാ അയാളുണ്ടാക്കുന്നതിന്റെ രുചിയും."

"എന്തേ പെട്ടെന്ന് അസുഖം?"

ഇതുവരെ ബാർലി ഉണ്ടാക്കുന്ന കുഞ്ഞബ്ദുള്ളയെ ഉണ്ണികൃഷ്ണൻ കണ്ടിട്ടില്ല. എന്നിട്ടും, ചിരപരിചിതനായ ഒരു സുഹൃത്തിന്റെ മരണവാർത്ത കേട്ടെന്നപോലെ അയാൾ പതറി. ഉള്ള് കലങ്ങി. കപ്പിന്റെ മുഖത്ത് ബാർലി വെള്ളത്തിന്റെ ഒരു കുഞ്ഞുകുമിള കണ്ണടച്ചു.

"തലേന്ന് നിങ്ങളെപ്പോലെ ഒരാൾ ഇവിടെ വന്നിരുന്നു. കോഫീ ഹൗസ് പൂട്ടാൻ നേരത്ത്. സ്ഥിരമായി ബാർലി കുടിക്കുന്ന ഒരാൾ. അവസാനത്തെ ബാർലിയും പോർന്നു രാത്രി പോയതാ. രാവിലെ എണീറ്റില്ല. കുഞ്ഞബ്ദുള്ളക്കായുടെ അവസാനത്തെ ബാർലി കുടിച്ച മനുഷ്യൻ ബില്ല് വാങ്ങുമ്പോൾ എന്നോട് പറഞ്ഞു, ബാർലി കൂട്ടുന്നയാളോട് എന്റെ ശുഭരാത്രി പറയണംന്ന്."

സവിത അറിയാതെ കപ്പിനെ കൈകൊണ്ട് മൂടി. അവസാനത്തെ പുതപ്പുപോലെ സവിതയുടെ കൈകൾ. മരിച്ച മുഖത്തിൽ കുടുങ്ങിപ്പോയ ഒരു വെളുത്ത ചിരിയിൽ അയാൾ ഉണരാതെ കിടന്നു.

"എവിടെയാ കുഞ്ഞബ്ദുള്ളയുടെ വീട്?"

വെയിറ്റർ പറഞ്ഞുതന്ന വഴിയിലേക്ക് ഉണ്ണികൃഷ്ണൻ കാറോടിച്ചു. ഒന്നു വേഗമായപ്പോൾ സവിത പറഞ്ഞു, 'മെല്ലെ പോകാം'. അയാൾ കാർ മെല്ലെയാക്കി. ബാർലിയുടെ വെളുപ്പുനിറമുള്ള പാത. പിന്നെ കാറില്ലാതായി. പാൽനിറമുള്ള റോഡിൽ ഉണ്ണികൃഷ്ണനും സവിതയും കുഞ്ഞബ്ദുള്ളയെ പരതി. പള്ളിക്കാട്ടിനു പിന്നിലെ ഇടവഴി. ബാർലിത്തരികൾപോലെ ചെറിയ ചരൽക്കല്ലുകൾ. വൃത്തിയുള്ള, ഭംഗിയുള്ള വഴി. മൂന്നാമത്തെ വീടിനെ അതു തൊട്ടു. ഒരു കപ്പിന്റെ വലുപ്പമേ അതിനുള്ളു. അടുത്ത സുഹൃത്തിന്റെ വീടാണ്. ആരും പറയണമെന്നില്ല. ഉണ്ണികൃഷ്ണനും സവിതയും അകത്തേക്കു കയറി.

കട്ടിലിലെ വെളുത്ത വിരിപ്പിൽ ചുമർ ചാരി കുഞ്ഞബ്ദുള്ളയുടെ ഭാര്യ. ഉണ്ണികൃഷ്ണൻ ഉറപ്പിച്ചു. കുഞ്ഞബ്ദുള്ളയുടെ ഭാര്യ തന്നെ. മടിച്ചുവന്ന ഒരു ചിരിയല്ലാതെ മറ്റൊന്നുമില്ല. ആരും ഒന്നും മിണ്ടിയില്ല. കുറച്ചുനേരം...കുറച്ചുനേരം മാത്രം.

സവിതയ്ക്കു നാവനങ്ങി.

കട്ടിലിൽ ഇരുന്ന ചെറിയ പെൺകുട്ടിയെ നോക്കി സവിത പറഞ്ഞു,

"മോളാണല്ലേ...എന്താ മോളുടെ പേര്?"

"ഗോറ"

ചെറിയ ജനലിനുള്ളിലൂടെ ആകാശത്തിന്റെ വെളുത്ത കഷണം കാണുകയായിരുന്നു ഉണ്ണികൃഷ്ണൻ. ഗോറ - ആകാശം പൊട്ടിവീണു. അതിന്റെ വെളുത്ത ഒരു ചില്ലുകഷണം കിടക്ക വിരിപ്പിനുമുകളിൽ കണ്ണടച്ചിരുന്നു. സവിതയും ഉണ്ണികൃഷ്ണനും പരസ്പരം നോക്കി മന്ദഹസിച്ചു.

കുഞ്ഞബ്ദുള്ളയുടെ ഭാര്യയാണ് പിന്നൊന്നു മിണ്ടിയത്.

"ഒന്നും വിചാരിക്കരുത്. അറിഞ്ഞൂടായിറ്റാ. നിങ്ങളൊക്കെ കുഞ്ഞബ്ദുള്ളക്കയുടെ ആരാ?"

കുഞ്ഞബ്ദുള്ളയെ ഞങ്ങളിതുവരെ കണ്ടിട്ടില്ലെന്നും, ഞങ്ങള് വലിയ അടുപ്പമാണെന്നും ബാർലി കുടിക്കാൻ കോഫീഹൗസിൽ വരുന്നവരാണെന്നും ഉണ്ണികൃഷ്ണനോ സവിതയോ പറഞ്ഞില്ല.

ഇത്രമാത്രം പറഞ്ഞു. സവിത തന്നെയാണ് പറഞ്ഞത്.

"ആരും അല്ല. ഞങ്ങളൊന്നും ആരും അല്ല."

വാക്കുകളെ ചൂടാറാൻ വച്ചതുപോലെ പിന്നെയും മൗനം. അടുക്കളയിൽനിന്നു പ്രായമേറിയ ഒരു ഉമ്മയുടെ കൈകളിൽ രണ്ട് സ്റ്റീൽ പാത്രങ്ങൾ.

അതവർക്കു മുന്നിൽ വച്ചു.

പാൽവെള്ളയിൽനിന്ന് ഇളംചൂട് പൊങ്ങി.

സവിതയും ഉണ്ണികൃഷ്ണനും ബാർലി നുണച്ചു നുണച്ചു കുടിച്ചു. അതിന്റെ രുചിയിൽ സങ്കടം നിറഞ്ഞു. അടുക്കളയിൽ കുഞ്ഞബ്ദുള്ള ഉണ്ട്. കാണണ്ട. അവിടെ ഉണ്ടായാൽ മതി.

ഉണ്ണികൃഷ്ണൻ കുഞ്ഞബ്ദുള്ളയുടെ ഭാര്യയോട് ചോദിച്ചു.

"പേരെന്താ?"

"സൗമിനി"

ചുണ്ട് ബാർലി നുണയുന്ന ഒച്ച വ്യക്തം.

"സൗമിനി"

ബാർലിയുടെ വെളുത്ത പ്രകാശംപോലെ ആ പേര്.

സൗമിനി ചോദിക്കുന്നുണ്ട്, 'ആരാ?'

സവിത ഉത്തരം പറയുന്നുണ്ട്,

'ആരും അല്ല, ഞങ്ങളൊന്നും ആരുമല്ല."

(മലയാള മനോരമ ഞായറാഴ്ച 2019 ജൂലായ് 20)

ഞാൻ

ഞാൻ തന്നെ മെയിൻ കാരക്ടർ ചെയ്യും. അഡോൾഫ് ഹിറ്റ്ലർ എന്ന നാടകത്തിലെ ഹിറ്റ്ലർ, അതിന് വേറൊരാളെ നോക്കണ്ട. അങ്ങനെയൊരു നടനെ നിങ്ങൾക്ക് കിട്ടാൻ പോകുന്നില്ല. ആ കഥാപാത്രമായി മാറാൻ ആരുണ്ടീ ദേശത്ത്.

ആ കഥാപാത്രമില്ലെങ്കിൽ ഞാനില്ല എന്നു ഉച്ചത്തിൽ ദേഷ്യത്തിൽ പറഞ്ഞ് പി.ബി.എ.സിയുടെ പകുതി തുറന്ന വാതിൽ മുഴുവൻ തുറന്ന്, പിന്നെ പുറത്തുനിന്ന് വലിച്ചടച്ച്, മരപ്പടികൾ അമർത്തിച്ചവിട്ടി, മരപ്പിടിയിൽ കൈ ഊർന്നിറക്കി, പ്രേക്ഷകസദസ്സ് സങ്കല്പിച്ച് അവർക്കുനേരെ ആഞ്ഞുതുപ്പി എസ് ആനന്ദ് എന്ന പെരുവളശ്ശേരി ദേശത്തെ മഹാനടൻ അമ്പലനട റോഡിലിറങ്ങി. കണ്ണൂർ കൂത്തുപറമ്പ് മെയിൻറോഡിൽ കയറി കച്ചേരിമട്ട കയറി പിന്നെ ഇറങ്ങി അപ്രത്യക്ഷനായി. നാടകത്തിന് കർട്ടൻ വീഴുമ്പോൾ അവസാനത്തെ കയ്യടിയൊന്നും കിട്ടാത്ത, പ്രേക്ഷകൻ ആവേശത്തോടെ ഷേക്ക് ഹാൻഡ് തരാനും, കെട്ടിപ്പിടിക്കാനും കയറിവരാത്ത മേക്കപ്പ് റൂം പോലെ പി ബി എ സി നിശ്ശബ്ദമായി.

എസ് ആനന്ദ് ഇറങ്ങിപ്പോയ പെരുവളശ്ശേരി ബ്രദേർസ് ആർട്സ് ക്ലബ്ബിലെ താഴോട്ടും മുകളിലേക്കും പോകാനുള്ള ഏണിയുടെ മരപ്പലകകളുടെ സംഗീതം അരങ്ങിൽ ആഞ്ഞടിച്ചു. നാടകം സ്തംഭിച്ചുനിന്നു. മൂലക്കൊരു ഹാർമോണിയം നേർത്ത വിഷാദത്തിന്റെ കട്ടയമർത്തി. സ്ക്രിപ്റ്റ് വായിച്ചുതീർത്ത് വിനീതവിധേയനായി മടിയിലത് വെച്ച് തല കുനിച്ചും ഇടക്ക് പകുതി തലയുയർത്തിയും ആർട്ടിസ്റ്റുകളെ നോക്കിയിരിക്കുന്ന രചയിതാക്കളുടെ മഹാസങ്കടം മുഖത്ത് വായിച്ചെടുക്കാം. നാടകാവതരണം തന്നെ നിന്നുപോകുമോ എന്ന ഭയത്തിൽ വായിച്ചിരുന്ന സുരേഷിന്റെ മടിയിൽനിന്ന് സ്ക്രിപ്റ്റ് ഊർന്നുവീണു.

എസ് ആനന്ദ് ഞാൻ തന്നെയാണ്. വീട്ടിൽനിന്ന് സക്രിപ്റ്റ് വായിക്കാൻ പി ബി എ സിയിലേക്ക് ഉച്ചനേരത്ത് വരുന്നതിനുമുമ്പ് നീല ബാക്ക്ഗ്രൗണ്ടിൽ ഫെയ്സ്ബുക്കിൽ ഞാനൊരു പോസ്റ്റിട്ടു. 3h മാത്രമേ

ആയിട്ടുള്ളൂ എഫ്ബിയിലത് വിലസാൻ തുടങ്ങിയിട്ട്. 'പെരുവളശ്ശേരി യുടെ മഹാനടൻ'. ഈ ഒറ്റ വാചകമായിരുന്നു എഫ്.ബി. പോസ്റ്റ്. 5.7k ലൈക്കുകളുടെയും അറുന്നൂറ്റി ഇരുപത്തിരണ്ട് കമന്റുകളുടെയും സ്നേഹസംഗീതം എഫ്.ബി. സ്റ്റേജിൽ. ആ എന്നെയാണ് നാടകത്തിലെ രണ്ടാമത് മാത്രം വരുന്ന അപ്രധാന കഥാപാത്രത്തിന്റെ റോളിലേക്ക് ഡയറക്ടർമാർ കാസ്റ്റ് ചെയ്യുന്നത്. തോട്ടക്കാരൻ എന്ന പാവം കഥാപാത്രം.

ആക്ച്വലി ഈ പുതുസംവിധായകർക്ക് നാടകമറിയാമോ? എസ് ആനന്ദിനെ അറിയാമോ? എന്റെ എഫ്.ബിയുടെ അരങ്ങിൽ വന്നുവീണ ലൈക്ക് കമന്റ് പ്രകാശങ്ങളറിയാമോ?

കച്ചേരിമട്ട ഇറങ്ങിവരുമ്പോൾ ഞാൻ ബാലഗോപാലനെ കണ്ടു. അവ നാണത്രെ ബ്രാഞ്ച് സെക്രട്ടറി. അല്ലെങ്കിൽ ലോക്കൽ കമ്മിറ്റി മെമ്പർ. എനിക്കവരുടെ പാർട്ടിയിലെ പോസ്റ്റൊന്നും അറിയില്ല. അതൊന്നും അറി യേണ്ട കാര്യം എനിക്കില്ല. പാർട്ടിയുടെ ഈ ഭാഗത്തെ പ്രധാനപ്പെട്ട ആൾ അവനാണത്രെ. ഞാനയാൾക്ക് മുന്നിൽ വിനയം കാണിക്കാ നൊന്നും പോയില്ല. അവന് വല്യ പഠിപ്പൊന്നും ഇല്ല. അഞ്ചിലോ ആറിലോ ഞരങ്ങി ബീഡിക്കമ്പനീല് എത്തിയോനാ. നല്ല വായനക്കാര നാന്നാ എല്ലാരും പറേന്നത്. നാടകത്തെപ്പറ്റിയെല്ലാം വല്യ ധാരണയാ. ജ്ജ് നല്ല മനുശനാകാൻ നോക്ക്, നമ്മളൊന്നുംന്നൊക്കെ പ്രസംഗിക്കും. ഗോദോയെ കാത്തിനെക്കുറിച്ചൊന്നും കേട്ടുകാണില്ല. അവനെന്റെ മുന്നിലാ കുനിയേണ്ടത്. ഒരു പകുതിച്ചിരി ചിരിച്ച് വേഗത കാണിച്ചു ഞാനങ്ങ് കടക്കാൻ നോക്കി. അവനെന്റെ കൈ കയറി പിടിച്ചു. എന്നിട്ടു പറഞ്ഞു.

'സ്ക്രിപ്റ്റ് വായനക്ക് എത്താനായില്ല.നമ്മളെ നടി ശാരദ ടോയ്‌ലറ്റ്ന്നു വഴുതിവീണു. പെരുവളശ്ശേരീലെ പഴയ നടിയാ. എഴുപതായി. സി.എൽ. ജോസിന്റെ ജ്വലനത്തിലെ പ്രധാന കഥാപാത്രമായി എന്തായിരുന്നു അഭി നയം. അവർക്ക് നല്ല പ്രയാസമുണ്ട്. ഡോക്ടറെ കാണാൻ പൈസ ഒന്നും ഇല്ലാന്നാ തോന്നുന്നത്. ഞാനാ അരവിന്ദനെ വിളിച്ചു കുറച്ചു പൈസ കൊടുത്തിറ്റ് ഓട്ടോ പിടിച്ച് ഡോക്ടറെ കാണിക്കാൻ പറഞ്ഞു. നീ എന്താ വേഗം മടങ്ങിയേ. റിഹേഴ്സൽ തുടങ്ങീലേ...'

അയാളുടെ ശരീരഭാഷയൊന്നും എനിക്ക് പിടിക്കുന്നില്ല. അയാൾ ചാര യെക്കുറിച്ചാണ് പറഞ്ഞത് - നാടകനോട്ടീസിൽ ശാരദ എന്നു അച്ചടി ക്കും. നല്ല നടിയാ. എന്നാലും ഓളോടൊപ്പമുള്ള അഭിനയം എനിക്കി ഷ്ടമല്ല. രണ്ടുമൂന്നു നാടകങ്ങളിൽ കെണിഞ്ഞുപോയിട്ടുണ്ട്. നാട്ടുകാ രെല്ലാം ചാര എന്നാ വിളിക്കുന്നത്. ചാര, ചാരതന്നെ. അതിലപ്പുറം ഭംഗി വേണ്ട. ഓൾക്കും ടോയ്‌ലറ്റോ? ഓലക്കെട്ടുകൊണ്ടുള്ള ഒരു മറയാ. അതാ

ടോയ്‌ലറ്റ്.

ഞാനയാളോട് പറഞ്ഞു 'നിങ്ങളെ പിബിഎസിക്കാർക്ക് ഒരു നടനെന്ന നിലയിൽ എന്റെ കഴിവ് മനസ്സിലായിട്ടില്ല, ഞാൻ...'

ഞാൻ മുണ്ടിന്റെ താഴത്തെക്കര ഇടംകയ്യിലുയർത്തിപ്പിടിച്ച് കാൽ നീട്ടിവെച്ച് വേഗത്തിൽ നടന്നു. അസംതൃപ്തനായ ഒരു കഥാപാത്രം വേദിയിൽനിന്നു പിൻസ്റ്റേജിലേക്ക് നിഷ്ക്രമിക്കുംപോലെ ഒരു കുതിപ്പ്.

ഈ നാൽപത്തഞ്ച് വയസ്സിനിടയിൽ മുപ്പത്തിയാറ് നാടകങ്ങളിൽ അഭിനയിച്ചിട്ടുണ്ട്. സ്കൂൾ യുവജനോത്സവത്തിൽ കളിവീണയിലെ കളിവീണ വിൽക്കുന്ന വൃദ്ധൻ മുതൽ കോവിഡിനു തൊട്ടുമുമ്പ് നല്ലവനായ തമ്പുരാനിലെ തമ്പുരാൻവരെ അരങ്ങിലെപ്പോഴും നിറഞ്ഞുനിന്നിട്ടേ ഉള്ളൂ. അരങ്ങിൽ മറ്റൊരു കഥാപാത്രമുണ്ടെന്ന് പ്രേക്ഷകർക്ക് തോന്നിക്കരുത്. മറ്റേ നടന്റെ ചലനങ്ങളെ ദുർബലമാക്കി കളയണം. അവന്റെ സംഭാഷണമുതിർക്കുന്ന ഒച്ചയെപോലും സദസ്സിനു ഉയർന്നു കേൾക്കാനാവരുത്. എസ് ആനന്ദിന്റെ മുഖത്തിലും ശരീരത്തിലുമായിരിക്കണം പ്രേക്ഷകഗൃഹത്തിന്റെ ഫോക്കസ്. മികച്ച നടന്മാർ എവിടെയും എല്ലാ കാലത്തും അങ്ങിനെ തന്നെയാണ്. അവർ അരങ്ങിലെ ഏകാധിപതിമാരാണ്.

അരങ്ങിലെ മറ്റു കഥാപാത്രങ്ങളെ നോട്ടംകൊണ്ടും, ലക്ഷ്യംവെച്ചുള്ള ചലനങ്ങൾകൊണ്ടും, ഡയലോഗു പ്രസന്റേഷന്റെ മാസ്മരികതകൊണ്ടും എസ്. ആനന്ദ് സ്റ്റേജിന്റെ മരപ്പലകകൾക്കിടയിലെ ചെറിയ വിള്ളലിലൂടെ അടിച്ചുതാഴ്ത്തുന്നത് ഒരാളെ കാണുന്നുള്ളൂ. ദീപനിയന്ത്രണം നടത്തുന്ന പ്രദീപൻ മാത്രം. അവസാനത്തെ തിരശ്ശീലയും വീണ് പ്രേക്ഷകൻ ഇറങ്ങിപ്പോകുമ്പോൾ ചിലരെങ്കിലും തമ്മിൽ പറയും. അപാരം, അവന്റെ അഭിനയം. ആനന്ദേ, നാടകത്തെ രക്ഷപ്പെടുത്തിയത് നീയാണെന്ന് മേക്കപ്പ്റൂമിൽ വന്നു കൈതന്നു പറഞ്ഞവരുടെ പേരൊന്നും എനിക്കോർമ്മയില്ല. പേരോർമ്മിക്കേണ്ട ഒരു കാര്യവും എനിക്കില്ല.

ദീപനിയന്ത്രണം നടത്തുന്ന പ്രദീപനുമായി എനിക്കൊരു കരാറുണ്ട്. വെളിച്ചം, എപ്പോഴും എന്റെ കഥാപാത്രത്തിന് മുകളിലാണ്. അരങ്ങിലെ മറ്റുള്ളവരെല്ലാം നിഴലാകണം. പ്രധാനകഥാപാത്രത്തിന്റെ തണലിലാണ് അവർക്ക് അരങ്ങിലെ ജീവിതം. അത് പ്രദീപൻ സമർത്ഥമായി ചെയ്യും. അതിനു പ്രതിഫലമുണ്ട്. പൊറോട്ടാ, നാൻ, ബീഫ്, പെപ്പർ ചിക്കൻ, മന്തി അവനതൊക്കെ മതി.

ഇന്ന് പി.ബി.എ.സിയിൽ വായിച്ച രചന സുരേഷ്ബാബുവിന്റേതും, ശശിയുടേതുമാണ്. രണ്ടുപേർ ഒന്നിച്ചുള്ള എഴുത്ത്. രാത്രിയും പകലും അവർ ഒന്നിച്ചുതന്നെ. രണ്ടുപേനകളിൽ നിന്നുതിർന്ന് വീഴുന്ന ചരിത്രവും ജീവിതവും ഒന്നായി ചേർന്ന് കടലാസ്സിലേക്ക് പ്രവഹിക്കുന്നു എന്നാണ് പറഞ്ഞുകേൾക്കുന്നത്.

രണ്ടുപേർ തന്നെ സംവിധാനവും. മനോജും പത്മനാഭനും. നാടകത്തിന്റെ ഉള്ള് അവർ പകുത്തെടുക്കുകയാണോ? അതോ നാടകം അവരെ മുറിച്ചെടുത്തുവെക്കുകയാണോ? എനിക്കിതൊന്നും മനസ്സിലാവുന്നില്ല. ഞാൻ ചോദിക്കുക തന്നെ ചെയ്തു. ആരാ ശരിക്കും രചന? ആരാ സംവിധാനം? ഈ രണ്ടാൾ എഴുത്തുപണി എനിക്കൊട്ടും ദഹിക്കുന്നില്ല.

ശശിയാണ് പറഞ്ഞത്. ഞങ്ങൾ രണ്ടാളില്ല. രണ്ടുപേരും ചേർന്ന ഒരു മനസ്സ്. മനോജ് കൂട്ടിച്ചേർത്തു. 'സത്യത്തിൽ നമ്മളാരും ഒറ്റക്ക് ഒന്നും ചെയ്യുന്നില്ല.'

ഭാരവാഹികൾ സ്ക്രിപ്റ്റ് വായനക്ക് വരണമെന്നു പറഞ്ഞപ്പോൾ തന്നെ, പ്രധാന കഥാപാത്രം വരണമെന്നു പറഞ്ഞപ്പോൾതന്നെ, പ്രധാന കഥാപാത്രം ഹിറ്റ്ലറാണെന്ന് മുൻകൂട്ടി അറിഞ്ഞുകൊണ്ട് ഞാൻ പറഞ്ഞു, 'പ്രധാന കഥാപാത്രം ഞാൻ അഭിനയിക്കും. തിരിച്ചുപറഞ്ഞാൽ ഞാനാണ് പ്രധാന കഥാപാത്രം. രണ്ടാമത്തെയും മൂന്നാമത്തെയും കഥാപാത്രത്തെ എനിക്കറിയണമെന്നില്ല.'

'കാസ്റ്റിംഗ് സംവിധായകൻ ചെയ്യട്ടെ. നല്ല നടന്മാർ നമുക്ക് കുറേയുണ്ടല്ലോ.' അതുപറഞ്ഞത് ഭാരവാഹികളോടൊപ്പം വന്ന ബാലഗോപാലൻ തന്നെയാണ്.

എനിക്കതത്ര ബോധിച്ചിട്ടില്ല. നല്ല നടന്മാർ വേറെയുമുണ്ടാകും. പക്ഷേ എനിക്ക് ഞാനാണ് നല്ല നടൻ. അപ്രധാന കഥാപാത്രമായി അഭിനയിക്കാൻ ഇനി ഞാനില്ല. അരങ്ങിന്റെ മൂലയിൽ ആരും കാണാതെ പറ്റിക്കൂടുന്ന ഒരു കഥാപാത്രമാവാൻ എനിക്കാവില്ല. പഴയ നാടകങ്ങളിലെ പോസ്റ്റുമാസ്റ്റർ, വളിപ്പ് തമാശ പറയുന്ന പോലീസുകാരൻ, നന്മ നിറഞ്ഞ മനസ്സുള്ള അയൽപക്കത്തെ മൂസ്സക്ക, വീട്ടുവേലക്കാരൻ, അഞ്ചുപേരുള്ള സംഘത്തിൽ വന്ന് ഒന്നിച്ചു ഡയലോഗു പറയുന്നവരിൽ ഒരാൾ, പ്രധാന കഥാപാത്രത്തിന്റെ മനസ്സാക്ഷി സൂക്ഷിപ്പുകാരൻ - പോകാൻ പറ. അരങ്ങിൽ എനിക്കുതന്നെ നിറഞ്ഞുനിൽക്കണം. മൂന്നാമത്തെ ബെല്ലടിക്കുമ്പോൾ തിരശ്ശീല ഉയർന്നുകഴിഞ്ഞാൽ പ്രേക്ഷകൻ ആദ്യം കാണുന്നത് എന്നെ. പിന്നെ എന്റെ ഒരു വളർച്ചയാണ്. നിൽക്കാനുള്ള തറയിൽ, പിന്നിലുള്ള മറയും തൊട്ട് മുന്നിലുള്ള നിങ്ങളുടെ തലക്കുമുകളിൽ, എന്റെയുള്ളിലെ കഥാപാത്രമായി ഞാനങ്ങ് ഉയർന്നുനിൽക്കും. കഥാപാത്രം നാടകം കളിക്കുന്ന അമ്പലമുറ്റത്തെ ഊതിവീർപ്പിച്ച ബലൂൺപോലെ അരങ്ങാകെ വികസിച്ച് വികസിച്ച് വരണം.

എസ് ആനന്ദ് എന്ന ഞാൻ എന്റെ വീട്ടുമുറ്റത്തെത്തുന്നു. അവളുടെ ഒച്ചയൊന്നും കേൾക്കുന്നില്ല. അകത്തില്ലെന്നു തോന്നുന്നു. ഞാൻ ശബ്ദമുയർത്തി വിളിച്ചു, തൊണ്ടയിൽനിന്നു പറിച്ചെടുക്കുന്ന ആ നാടകശബ്ദത്തിൽ തന്നെ 'റീത്തേ..' ഒന്നുകൂടി 'റീത്തേ' മൂന്നാമതായി അൽപ്പം

വേഗതയിൽ 'റീ...ത്തേ..”

റീത്ത എന്റെ ഭാര്യയാണ്. നല്ല സുന്ദരിയാണ്. ചാല യംഗ് പയനിയേഴ്സിന്റെ ഒരു വാർഷികത്തിന് 'സ്വപ്നങ്ങളുടെ വീട്' എന്ന നാടകത്തിൽ അവളെന്റെ കാമുകിയായിരുന്നു. നാടകത്തിൽ അവളെന്നെ ഉപേക്ഷിച്ചുപോയി. ജീവിതത്തിൽ അവളെന്റെ കൈപിടിച്ചുവന്നു. പിന്നെ ഞാനവളെ നാടകം കളിക്കാൻ വിട്ടില്ല. അത് റിസ്കാണ്. എനിക്ക് ഞാനാണ് പ്രധാനം. അപ്പോൾ എന്റെ ഭാര്യയും എനിക്ക് പ്രധാനമാണ്. രണ്ടാമത്തെ ഞാൻ. അവളെ നാടകത്തിലേക്ക് വിട്ട് എന്റെ സൗഖ്യങ്ങളൊക്കെ ഉപേക്ഷിക്കാൻ ഞാനില്ല.

ആനന്ദേട്ടാ എന്ന് വിളിച്ച് അവൾ എന്റെ പിറകെ കയറിവരുന്നു. വീടും അടച്ചിട്ട് നീ എങ്ങട്ടാ പോയത് എന്നു ഞാൻ ചോദിക്കുമ്പോൾ അവളിങ്ങോട്ട് 'റിഹേഴ്സൽ തുടങ്ങിയില്ലേ.' എന്റെ മറുപടിക്ക് ഒരു ബ്രേക്കറ്റ് (ദേഷ്യത്തോടെ) 'നീ ഞാൻ ചോദിച്ചതിനുത്തരം പറ. ഞാനല്ലേ ആദ്യം ചോദിച്ചത്' എന്നു ഞാൻ. അവളുടെ മറുപടിയിൽ ബ്രേക്കറ്റുണ്ട് (സങ്കടത്തോടെ) 'സുലുഉമ്മക്ക് കണ്ണിൽ മരുന്ന് ഉറ്റിച്ചോടുക്കാൻ പോയതാ.'

അപ്പുറത്തെ ഇടിഞ്ഞുപൊളിഞ്ഞ വീട്ടിൽ സുലു ഉമ്മയേ ഉള്ളൂ. കണ്ണില് മരുന്ന് ഉറ്റിക്കൽ റീത്തയുടെ പണിയാ. എനിക്കതൊന്നും ഇഷ്ടമല്ല. റീത്തയുമായി തെറ്റണ്ടാന്ന് വിചാരിച്ചാ. സുലുഉമ്മയുടെ കണ്ണിൽ സുലുഉമ്മയുടെ മക്കൾ മരുന്നുറ്റിക്കട്ടെ. നമ്മളാരും അല്ലല്ലോ അവർക്ക്.

ഇതൊന്നും റീത്തക്ക് മനസ്സിലാവില്ല. ഓള് ചെറുപ്പത്തിൽ കളിച്ച നാടകങ്ങളുടെ അകമാ ഓളെ മനസ്സിലിപ്പളും. തിരശ്ശീല വീണ് ജീവിതത്തിന്റെ രംഗം മാറിയതൊന്നും ഈ സുന്ദരിക്കുട്ടിക്കറിയില്ല.

'ഞാൻ നാടകത്തിലില്ല. പ്രധാന കഥാപാത്രം തന്നില്ലെങ്കിൽ ഞാനില്ല എന്നുപറഞ്ഞു ഞാനിറങ്ങിപ്പോകുന്നു.'

'പ്രധാന കഥാപാത്രമോ? ഇങ്ങളല്ലേ പണ്ട് പറയാറ്. കർട്ടൻ വലിക്കുന്ന ആൾപോലും പ്രധാനമാണെന്ന്. പ്രധാന കഥാപാത്രത്തിന് കത്തുമായി വരുന്ന പോസ്റ്റുമേൻപോലും പ്രധാനമണെന്ന്.'

അരങ്ങിലെ റൊട്ടേറ്റിംഗ് ചെയറിലിരുന്നപോലെ ഞാനൊന്ന് കറങ്ങി. ഈ ഭൂമിയും കറങ്ങുന്നുണ്ട്. ഇവളെന്തറിഞ്ഞു. ജീവിതത്തിലും നാടകത്തിലും പ്രധാന കഥാപാത്രങ്ങളുണ്ട്. മനുഷ്യതുല്യത എന്നൊക്കെ പറയുന്നത് വെറും സങ്കൽപമാണ്. സുരേഷ് ബാബുവും ശശിയും എഴുതിയ നാടകത്തിലെ പ്രധാന കഥാപാത്രം ഹിറ്റ്ലറാണ്. അന്ന് ലോകത്തിലെ പ്രധാന കഥാപാത്രവും അയാൾതന്നെ. പൂന്തോട്ടത്തിൽ പൂക്കൾക്കും ചെടികൾക്കുമിടയിൽ മനുഷ്യശരീരങ്ങളുടെ മുകളിൽ ഹിറ്റ്ലർ കാൽ ചവിട്ടി നൃത്തം ചെയ്യുന്ന ഒരു രംഗമുണ്ടതിൽ. അത് ഞാനല്ലാതെ വേറെ ആരാണ് ആവിഷ്കരിക്കുന്നത്. അരങ്ങ് മുഴുവൻ

നിറഞ്ഞുനിൽക്കുന്ന നൃത്തത്തിന്റെ മാസ്മരികത. എനിക്കും അനശ്വരനാകണം. ഹിറ്റ്ലറെ കയ്യൊഴിഞ്ഞ് എനിക്ക് വേറൊരു കഥാപാത്രം വേണ്ട.

നാടകം വായിച്ചുതീർന്നതിന് ശേഷമാണ് സുരേഷ്ബാബു നാടകത്തിന്റെ പേരുപറഞ്ഞത്. അഡോൾഫ് ഹിറ്റ്ലർ. ഹിറ്റ്ലറും ഒരു തോട്ടക്കാരനും, തോട്ടക്കാരന്റെ മകളും, നാസികളും - പൂന്തോട്ടത്തിലേക്ക് മതിൽ ചാടി വരുന്ന കുട്ടികളും തോട്ടക്കാരന്റെ മകളും തമ്മിലുള്ള സ്നേഹോഷ്മളതയാണ് നാടകത്തിന്റെ സൗന്ദര്യമെന്ന് വായിച്ചുകേട്ടപ്പോൾ ഓട്ടോറിക്ഷ ഡ്രൈവർ സുരേന്ദ്രനാണ് പറഞ്ഞത്. നാടകത്തിന്റെ സൗന്ദര്യം അതൊന്നുമല്ല. ഹിറ്റ്ലറുടെ ഞാൻ ഭാവമുണ്ടല്ലോ. അതാണ് ലോകത്തിലെ തന്നെ വലിയ സൗന്ദര്യം. ഫാസിസത്തിന്റെ കാലം എന്നൊക്കെ ശശിയും സുരേഷും ബാലഗോപാലനും പറയുന്നുണ്ട്. ഫാസിസത്തിന്റെ സൗന്ദര്യം എന്നു ഞാൻ പറയും.

റീത്തയോട് ഞാൻ പറഞ്ഞു, 'എന്റെ മനസ്സ് നിറയെ ഹിറ്റ്ലറാണ്. എന്തൊരു ധീരത, വംശാഭിമാനം. ലോകത്തെ അയാൾ കീഴടക്കും. അയാളാണ് ഞാൻ. ഞാൻ അയാളും. 'എനിക്ക് ഹിറ്റ്ലറായി തന്നെ അഭിനയിക്കണം. എനിക്ക് ഹിറ്റ്ലറാവണം. കബന്ധങ്ങൾക്കുമുകളിൽ എനിക്ക് നൃത്തം ചെയ്യണം.'

കത്തിക്കയറുന്ന ഒരു നാടകരംഗത്തിനു മുന്നിലെ പ്രേക്ഷകയായി റീത്ത വിറങ്ങലിച്ചുനിന്നു. താനൊരു മൃതശരീരമാവുകയാണോ എന്നു റീത്തക്ക് തോന്നി. മരണം തൊട്ടടുത്തു നിൽക്കുന്നതുപോലെ. കത്തിയെരിയുന്ന മനുഷ്യജീവനുകൾക്ക് മുന്നിൽ നിൽക്കുന്നത്പോലെ. യവനിക ഒന്നു പെട്ടെന്ന് താഴെ വീണിരുന്നെങ്കിൽ.

'എനിക്ക് ഉറങ്ങണം.' അതൊരു ശീലമാണ്. മനസ്സിൽ സംഘർഷങ്ങൾ രൂപപ്പെടുമ്പോൾ അയാളുടെ കണ്ണുകളിൽ ഉറക്കം തൂങ്ങിനിൽക്കും. കൺപീലികളെ ആഞ്ഞുവലിച്ച് നിദ്ര പറയും. ഉറങ്ങിക്കോ.. ഇപ്പോളാണെങ്കിൽ വൈകുന്നേരം ആറ് മണി ആകുന്നതേയുള്ളൂ.

റീത്ത ബെഡ്റൂമിലേക്കോടി. നാലുപേർക്ക് കിടന്നുറങ്ങാൻ വലിപ്പമുള്ള കോട്ട്. റീത്ത അതിലെ വിരിപ്പ് വലിച്ചെടുത്തു തട്ടിമാറ്റി വിരിച്ചു. ഉറങ്ങാൻ കിടക്കുമ്പോൾ ഒരു ചുളിവുണ്ടാകരുതെന്ന് ഒന്നിച്ചുകിടക്കാൻ കാലത്തേയുള്ള അനൗൺസ്മെന്റാണ്. നിദ്രയുടെ തുടക്കത്തിലും ഞാൻ ഒറ്റക്കാണ്. വിശാലമായ ഈ ബെഡ്സ് എനിക്കുമാത്രമാണ്. ഞാൻ മാത്രമുള്ള നിദ്രക്ക് ഞാൻ ബെഡ്സിലേക്ക് ചരിഞ്ഞു. ഈ ഒരു സാമ്രാജ്യം മുഴുവൻ എനിക്ക് കിനാവ് കാണാനുള്ള നിദ്രാലയമാണ്.

ഉറങ്ങുന്നതിനുമുമ്പ് എഫ്.ബി.യിൽ ഒരു ഡയലോഗിടണം. ഞാൻ ലോകത്തോട് പറയുന്ന ഡയലോഗ്. 'ഞാനാണ് ഹിറ്റ്ലർ' കാവി തിര

ശ്ലീലയിൽ കറുത്ത അക്ഷരങ്ങളിൽ അത് തെളിഞ്ഞുവന്നപ്പോൾ തന്നെ തൊട്ടടുത്ത നിമിഷം ഏഴ് ലൈക്ക് വീണു. ഓ 'ഞാൻ'മാരുടെ ലോകം തന്നെ ഇത്. ഒരു കമന്റ് നോക്കൂ 'ഞാനില്ലെങ്കിൽ ഈ ഭൂമിയെന്തിനു കൊള്ളും'. വേറൊരുത്തൻ - നീ ഹിറ്റ്ലറാണെങ്കിൽ ഞാനും ഹിറ്റ്ലർ തന്നെ.' രണ്ട് ഹിറ്റ്ലറോ എന്നു വിചാരിക്കുമ്പോൾ അതാ ചെറിയ കമന്റ് ബോക്സിന്റെ പ്രസവവാർഡിലെ ചെറിയ തൊട്ടിലിൽ പിറന്നുവീണു. ഞാനും ഹിറ്റ്ലർമാരുടെ ഇമോജികളും പ്രസ്താവനകളും കൊണ്ട് എഫ്ബി. നിറഞ്ഞുനിറഞ്ഞുവന്നു. പിബിഎസിക്കാരും ആ ബാലഗോപാലനും ഒന്നു ഭയക്കുന്നത് നല്ലതുതന്നെ.

മതി എനിക്കുറങ്ങണം. ഞാനുറങ്ങാൻ പോകുന്നു. ഈ ലോകത്തെ മറന്നുറങ്ങണം. ഞാൻ മാത്രമുള്ള ഇരുട്ടുമുറിയിലെ തിരിഞ്ഞും മറിഞ്ഞും യഥേഷ്ടം കിടക്കാവുന്ന, കാലുകൾക്കിടയിൽ രണ്ട് കൈ ഒന്നിച്ചു തിരുകിയും, രണ്ട് കൈ പില്ലോക്ക് മുകളിൽ വേറൊരു പില്ലോ ആയി പിൻതലക്ക് താങ്ങ് വെച്ചും, ചരിഞ്ഞ കാലുകൾ മടക്കിവെച്ച് ചെവിക്ക് താഴെ പ്രാർത്ഥനപോലെ കൈവെച്ചും, ഒരു കുഞ്ഞിനെപ്പോലെ ശരീരം ഒതുക്കി മടക്കിവെച്ചും, പില്ലോവിനെ ഉമ്മ വെച്ചും, പില്ലോവിൽ തേനിറ്റുംപോലെ കദാച്ചേറൊഴുക്കിയും എനിക്ക് മതിമറന്നുറങ്ങണം. നിദ്രയിലും ഹിറ്റ്ലർ ഞാൻ തന്നെ.

ഇങ്ങിനെയുള്ള സന്ദർഭങ്ങളിൽ അവളുടെ ഒരു പതിവുണ്ട്. ഒരു തലയണമന്ത്രത്തിനും അവൾ വരില്ല. അവൾ താഴെ പഴയ ഒരു പായ വിരിച്ച്, ഒരു വിരിപ്പുപോലുമില്ലാതെ അനുസരണയുള്ള ഭാര്യയായി ആദ്യമണിക്കൂറുകളിൽ ഉറക്കം നടിച്ചുകിടക്കും. പിന്നെ അറിയാതെ ഉറങ്ങിപ്പോകും. പാവം.

ഉറക്കം പിടിച്ചു തുടങ്ങിയപ്പോഴാണ് റീത്ത തൊട്ടുവിളിച്ചത്. പുറത്ത് രാജീവൻ. നടി ചാരയുടെ മകൻ. വാതില് തുറന്ന് പുറത്തിറങ്ങി വന്ന പാടെ അവൻ പറഞ്ഞു. 'ആനന്ദേട്ടൻ ഇതെന്താ ഇത്ര നേരത്തെ ഉറങ്ങുന്നത്.'

അതിനെന്താ, നിന്റെ അനുവാദം വേണോ? എന്നു ഞാൻ ചോദിച്ചില്ല. ഞാനൊന്നവനെ കടുപ്പിച്ചുനോക്കി. അപരിചിതനായ ഒരു കഥാപാത്രം അരങ്ങിൽ വന്നുനിന്നതുപോലെ.

സ്ക്രിപ്റ്റ് വായിക്കുമ്പോൾ അവനെ കണ്ടിരുന്നു. നല്ല ഉയരമുള്ള, മുഖത്താകെ ആത്മവിശ്വാസമുള്ള ധീരതയുമുള്ള ഒരുത്തൻ. പേടിച്ചതുപോലെ, സംവിധായകരിലൊരാൾ പത്മനാഭനാണ് കാസ്റ്റിംഗിൽ ഹിറ്റ്ലർ രാജീവനാണെന്നു പറഞ്ഞത്. രൂപംകൊണ്ടും അഭിനയം കൊണ്ടും അവനാണത്രെ ഹിറ്റ്ലർ.

ആ നേരം അവൻ എന്റെ ശത്രുവായി. ഇപ്പോൾ ഞാനവനെ നോക്കു

ന്നത് കണ്ണിൽ നിറച്ചുവെച്ച വെറുപ്പിന്റെ ഇരുണ്ട പ്രകാശം കൊണ്ടാണ്. ഓൻ തന്നെപറയട്ടെ. എന്റെ കയ്യിൽ ഇവനോട് മിണ്ടാൻ ഒരു ഡയലോഗുമില്ല.

'ഹിറ്റ്ലർ ഞാനാകുന്നില്ല. ആനന്ദേട്ടൻ തന്നെ അത് ചെയ്യണം. ഞാൻ നാടകം എഴുതിയവരോടും സംവിധായകരോടും, പിബിഎസി ഭാരവാഹികളോടും പറഞ്ഞിട്ടുണ്ട്. അവർക്കും സമ്മതാ.'

രാജീവനതു പറയുമ്പോൾ ഒരു ചെറിയ കിതപ്പുണ്ടായിരുന്നു. അവൻ എന്നെ ഭയക്കുന്നുണ്ട്. ആരെങ്കിലും നമ്മളെ ഭയക്കുന്നത് അപ്രധാന കാര്യമല്ല. അത് നമ്മളെ അഹങ്കാരികളാക്കും. അഹങ്കാരികളാകുന്നതാണ് ഈ കാലത്ത് നല്ല മനുഷ്യരുടെ ലക്ഷണം.

അവൻ നാടകീയത ഒട്ടുമില്ലാതെ ഒന്നുകൂടി കൂട്ടിച്ചേർത്തു.

'എനിക്ക് പറ്റിയ റോളല്ല അത്."

''അപ്പോ ഡയറക്ടർ പറഞ്ഞതോ'

ചെറിയ സമയം അവനൊന്നും മിണ്ടിയില്ല. റീത്ത വാതിൽക്കൽ വന്നു നിന്നിരുന്നു. ഒരു ചെറിയ ഇടവേള. റീത്ത അവനൊരു ചായ കൊടുത്തു. റീത്തക്ക് ഇങ്ങിനെ ചില ദുശ്ശീലങ്ങളൊക്കെയുണ്ട്. ഒന്നു വലിച്ചു കുടിച്ച് അവൻ ഇടവേള മുറിച്ചു.

"ഡയറക്ടർക്ക് നടന്റെ മനസ്സ് വായിക്കാം. രാജീവന്റെ മനസ്സ് വായിക്കാനാവില്ലല്ലോ."

വെളിച്ചം ഇപ്പോൾ അവനിലാണ് കേന്ദ്രീകരിക്കുന്നത്. ഞാൻ ഇരുട്ടിലാണ്. ഞാൻ പറഞ്ഞു.

'നീ അഡോൾഫ് ഹിറ്റ്ലറുടെ പൂന്തോട്ടത്തിലെ തോട്ടക്കാരനായി അഭിനയിക്ക്. ഹിറ്റ്ലറാവാൻ ഞാൻ വരാം.'

'ഓ.കെ. ആനന്ദേട്ടാ, ഞാൻ തോട്ടക്കാരനാകാം. ഞങ്ങളുടെ അഡോൾഫ് ഹിറ്റ്ലർ ആനന്ദേട്ടൻ തന്നെയാണ്.'

രാജീവിന്റെ സംഭാഷണം കേട്ടപ്പോൾ റീത്തയുടെ മുഖത്ത് വിരിഞ്ഞ ചെറിയ ചിരി ഞാൻ കാണുന്നുണ്ട്. രാജീവിന്റെ ഡയലോഗും, റീത്തയുടെ ചിരിയും എന്നെ ഒരു ആക്കലാണ്. അതൊന്നും എന്നെ വ്യാകുലപ്പെടുത്തുന്നില്ല.

ഹിറ്റ്ലറുടെ പൂന്തോട്ടമായി അരങ്ങ് മാറിയെന്ന് എനിക്ക് തോന്നി. ആഹ്ലാദത്തിന്റെ സംഗീതം അലയടിക്കുന്നുണ്ട്. ഇത് ഒരു സാമ്രാജ്യമാണ്. എസ്. ആനന്ദ് എന്ന ഞാനാണ് ഈ സാമ്രാജ്യത്തിലെ ഏകാധിപതി. രചയിതാക്കളും സംവിധായകരും മറ്റ് നടന്മാരുമെല്ലാം തടങ്കൽപ്പാളയങ്ങളിലെ ഇരുട്ടിലാണ്. പ്രദീപാ, വെളിച്ചം തെളിയിക്ക്.

ഞാൻ ഫോണെടുത്തു. എഫ്ൽ വിരൽമുന കത്തിപോലെ കുത്തിയിറക്കി. എന്തെങ്കിലും എഴുതൂ... പ്രൊഫൈലിൽ വീണ്ടും വിരൽ മുന.

നിങ്ങളുടെ മനസ്സിലെന്താണ്? ചോദ്യം വന്നു. ബാക്ക്ഗ്രൗണ്ട് കളർ ഞാൻ കാവിയിലേക്ക് തന്നെ നീക്കി. കറുപ്പിൽ പോസ്റ്റ് തെളിഞ്ഞുവന്നു. 'ഞാനാണ് ഹിറ്റ്ലർ. നിശബ്ദമായി എന്റെ പോരാട്ടം. ഞാൻ തന്നെ വിജയി.'

അന്നുരാത്രി ഞാൻ എന്റെ പുസ്തകഷെൽഫ് പരതി. അധികം പുസ്തകങ്ങളൊന്നുമില്ല, എന്റെ പുസ്തകഷെൽഫിൽ. പൈസ കൊടുത്തു പുസ്തകം വാങ്ങൽ എന്റെ അജണ്ടയിലില്ല. വന്നുചേരുന്ന പുസ്തകങ്ങൾ. അതുമാത്രം. എന്നാൽ മെയിൻ കാംഫ് ഞാൻ പൈസ കൊടുത്തു വാങ്ങിയതുതന്നെ. അഞ്ഞൂറ്റി എൺപത്തി അഞ്ച് രൂപ. ഇരുപത് ശതമാനം ഡിസ്കൗണ്ട് തന്നു എന്നോർമ്മയുണ്ട്. എന്തോ അത് വാങ്ങണമെന്നുതോന്നി. ഞാനുണ്ടല്ലോ അയാളിൽ.

അഡോൾഫ് ഹിറ്റ്ലറിന്റെ സൂക്ഷ്മമായ നോട്ടവും മൂക്കിന്റെ വീതിയുള്ള കട്ടി കറുത്ത മീശയും, നെറ്റിയുടെ ഇടതുഭാഗത്ത് ഒരു സാമ്രാജ്യം വെട്ടിപ്പിടിച്ച മുടിക്കറുപ്പും നിറഞ്ഞ കവർ ഓർമ്മയുണ്ട്. പുസ്തകം തപ്പുമ്പോൾ റീത്ത ചോദിച്ചു. ഏത് പുസ്തകമാ? മെയിൻ കാംഫ് എന്ന ഉത്തരം കേട്ടത് ഭാവിക്കാതെ അവൾ അടുക്കളയെന്ന തടങ്കൽപാളയത്തിലേക്ക് തെറിച്ചുവീഴുന്നെന്നപോലെ നടന്നുപോയി. അത് ഗൗനിക്കാതെ ഞാനതു തപ്പിയെടുത്തു.

'മെയിൻകാംഫിലെ ഓരോ വാക്കിനും 125 ജീവിതങ്ങൾ നഷ്ടമായി. ഓരോ പേജിനും 47000 മരണങ്ങൾ. ഓരോ അധ്യായത്തിനും 1200000 മരണം.' കവർപേജിലെ നോർമൻ കസിൻസിന്റെ ഈ ഉദ്ധരണി അടുക്കളയിൽ റീത്ത കേൾക്കാൻതന്നെയാണ് ഞാൻ ഉച്ചത്തിൽ വായിച്ചത്. അവൾ പ്രകോപിതയാകുന്നത് എനിക്ക് ആഹ്ലാദമുണ്ടാക്കും. റിഹേഴ്സൽ തുടങ്ങുന്നതിനുമുമ്പ് ഇത് മുഴുവൻ ഒരിക്കൽക്കൂടി വായിച്ചുതീർക്കണം.

അടുത്ത ഞായറാഴ്ച വൈകുന്നേരം അഞ്ച് മണിക്ക് റിഹേഴ്സൽ തുടങ്ങാമെന്ന് പിബിഎസിയുടെ സെക്രട്ടറി രഘുനാഥനാണ് വിളിച്ചുപറഞ്ഞത്. വിളി വന്ന ഉടൻ മൊബൈൽ താഴെ വെക്കാതെ ഞാൻ എഫ്ബി പോസ്റ്റിട്ടു.

'ഞാൻ ഹിറ്റ്ലർ - റിഹേഴ്സൽ ജൂൺ 26ന്.' ലൈക്കും കമന്റും വെടിയുതിർക്കുംപോലെ വന്നുവീഴുമ്പോൾ ഞാൻ മെയിൻകാംഫ് അവിടവിടെ മറിച്ചുനോക്കുകയായിരുന്നു. വംശം, അഹംഭാവം, യുദ്ധം, നുണ, വെറുപ്പ്, ശത്രു, ജൂതകീടങ്ങൾ, രാജ്യസ്നേഹം എന്തൊരു സൗന്ദര്യമാണ് ഭൂമിക്ക്.

സ്ക്രിപ്റ്റ് വായനാദിവസം സുരേഷ്ബാബു പറഞ്ഞിരുന്നു. ഫാസിസത്തിന്റെ യഥാർത്ഥമുഖം നമ്മുടെ ജനങ്ങൾ അറിയേണ്ടതുണ്ട്. ശശി കൂട്ടിച്ചേർത്തു. നമ്മുടെ രാജ്യം പോകുന്നവഴിയും.

അതൊന്നും എനിക്ക് മനസ്സിലാകുന്നില്ല. എന്തൊരു ഗംഭീരകഥാപാത്രം എന്ന അത്ഭുതത്തിലായിരുന്നു ഞാൻ. 'ഞാൻ' നിറഞ്ഞു നിൽക്കുന്ന ഒരു ചരിത്രജീവിതമാണത്. ഭൂമിയിലേറ്റവും മനോഹരമായ വാക്യം. 'ഞാൻ' എന്നാണെന്ന് നാടകം വായിച്ചുതീർന്ന നിമിഷം എനിക്കുതോന്നി. നാസിപ്പടയുടെ മാർച്ചിൽ കാലും കയ്യും നിലത്താഞ്ഞു ചവിട്ടുന്ന ഷൂസും ഒന്നിച്ച് നിലവിളിക്കുന്നത് ഞാൻ.. ഞാൻ എന്നുതന്നെ.

റിഹേഴ്സൽ തുടങ്ങുന്ന ദിവസം എന്നെ നിരാശപ്പെടുത്തി. നടി സ്വാതിയാണ്. കറുത്ത് മെലിഞ്ഞ ഒട്ടും അഴകില്ലാത്ത ഒരു പെൺകുട്ടി. കാക്കകോളനിയിലാണ് പാവം അവളുടെ വീട്. വേറെയാരെയും കിട്ടിയില്ലേ ഇവർക്ക്. അഡോൾഫ് ഹിറ്റ്ലറുടെ തോട്ടക്കാരന്റെ മകൾ ചളിച്ചിരയിൽ വിരിഞ്ഞ ആരും ശ്രദ്ധിക്കാത്ത ഒരു നിറവും മണവുമില്ലാത്ത വൃത്തികെട്ട പൂ പോലെ. പക്ഷേ അഭിനയം കത്തുന്നതാണത്രേ. അതാണവളെ വിളിച്ചതെന്ന് സംവിധായകൻ മനോജും പത്മനാഭനും.

ഞാൻ പരാതി പറയാനൊന്നും നിന്നില്ല. ഞാനവളോട് മിണ്ടാനും പറയാനും പോയില്ല. തോട്ടക്കാരന്റെ മകൾ അഡോൾഫ് ഹിറ്റ്ലറിന്റെ ആരുമല്ല. അവളുടെ കൂടെയുള്ള ഒരു രംഗത്തിന്റെ ചെറിയ ഭാഗം റിഹേഴ്സൽ ചെയ്തു. അതെന്നെ ഭയപ്പെടുത്തുന്നുണ്ട്. അവൾ ആ രംഗത്ത് എന്നേക്കാൾ മുകളിൽ കയറിനിൽക്കും. പൂന്തോട്ടത്തിനു നടുവിൽനിന്ന്, ശയനമുറിയുടെ ജാലകത്തിലൂടെ പുറത്തേക്ക് നോക്കുന്ന അഡോൾഫ് ഹിറ്റ്ലറുടെ - എന്റെ - മുഖത്തു കൈചൂണ്ടി അഗ്നികുണ്ഡംപോലെ തിളക്കുന്ന കണ്ണുകൾ കൊണ്ട് അവൾ ചോദിക്കുന്ന ചോദ്യമുണ്ട്. വിറക്കുന്നത് അഡോൾഫ് ഹിറ്റ്ലറല്ല, നടൻ ഞാനാണ്.

സംവിധായകൻ മനോജിന്റെ ചെവിട്ടിൽ ഞാൻ പറഞ്ഞു, 'ഈ കഥാപാത്രത്തിന്റെ കാസ്റ്റിംഗ് ശരിയല്ല. വൃത്തിയും സൗന്ദര്യവുമില്ലാത്ത നടി. അവളെ മാറ്റുന്നതാ നല്ലത്. നാടകം തകർന്നുപോകും. നാസി ജർമ്മനി പോലെ.' എന്തോ നാടകത്തിലില്ലാത്ത എന്റെ ഈ ഡയലോഗ് അവനൊട്ടും ബോധിച്ചില്ലെന്നു തോന്നുന്നു. അവനെന്നെത്തന്നെ തുറിച്ചുനോക്കി.

റിഹേഴ്സൽ കഴിഞ്ഞ് വീട്ടിലെത്തിയ ഉടൻ ഞാൻ എഫ്.ബിയിൽ എഴുതി.

'വംശങ്ങളുടെയും നിറങ്ങളുടെയും കലർപ്പ് വേണ്ട. ഞാൻതന്നെയാണ് പ്രധാന കഥാപാത്രം.'

ചില പോസ്റ്റിന് ദുരൂഹത ആവശ്യമാണ്. മനസ്സിലാകേണ്ടവർക്ക് അത് മനസ്സിലാകും. ഞാൻ റീത്തയോട് പറഞ്ഞു, 'സ്വാതിയാണ് നടി'.

നന്നായി അഭിനയിക്കുമല്ലോ അവളെന്ന് റീത്ത. അരങ്ങിൽ നിറഞ്ഞു നിൽക്കാനുള്ള സൗന്ദര്യമില്ലാതെ എന്തഭിനയം എന്നു ഞാൻ. മുഖം

കോട്ടിവലിച്ച് റീത്ത പിൻവാങ്ങി. അവൾക്ക് ഞാനല്ല പ്രധാനം. മറ്റ് മനുഷ്യരാണ്.

നാളെ രാവിലെ മുതൽ റിഹേഴ്സലുണ്ട്. ഡയലോഗ് പഠിച്ചുതുടങ്ങണം. സ്ക്രിപ്റ്റെടുത്തു മുമ്പിൽവെച്ച് വെറുതെ തുറന്നുവായിച്ച പേജിലെ ഹിറ്റ്ലറുടെ ഡയലോഗ് ഇങ്ങിനെയായിരുന്നു. 'ചില പ്രത്യേക വംശങ്ങൾ മാത്രമാണ് മനുഷ്യപുരോഗതിക്ക് സംഭാവന നൽകിയവർ. കുലീനവംശം, കുലീനവംശം തന്നെയാണ്. ഞാൻ അതാണ്. ഞാനാ വംശത്തിൽ അഭിമാനിക്കുന്നു.'

ആ സമയം അകലെ നിന്നു കേൾക്കുന്ന ഒട്ടും ഒച്ചയില്ലാത്ത വെടിയൊച്ച പോലെ ഫോൺ ഞരങ്ങി. ഞാനെടുത്തു വിരൽകൊണ്ട് വലിച്ചു. അറിയാത്ത നമ്പർ. അവസാനം ഒന്ന് ഒന്ന് ഒന്ന് ഒന്ന് നാലൊന്ന്. കൗതുകം തോന്നി. ഒന്നാമൻ, ഞാൻ ഗംഭീരമായ ഒരു ഹലോ പറഞ്ഞു.

'ആ നാടകത്തിൽ നിങ്ങൾ അഭിനയിക്കരുത്. അഡോൾഫ് ഹിറ്റ്ലർ എന്ന വംശാഭിമാനിയായ രാജ്യസ്നേഹിയെ തെറ്റായി വ്യാഖ്യാനിക്കുന്ന നാടകമാണത്. അത് മഹത്തായ ഇന്ത്യ മഹാരാജ്യത്തിലെ ഈ കാലത്തെ ഓർമ്മിപ്പിക്കുന്നുണ്ട്. പൗരത്വ ബില്ലിനെ കുറിച്ച് ഒരു രംഗമുണ്ടതിൽ എന്നു കേട്ടു. കാശ്മീരുമുണ്ടത്രെ. അതുകൊണ്ട് നാടകം ഞങ്ങൾക്കെതിരാണ്. രാജ്യത്തിനും. നാടകം കളിക്കാൻ ഞങ്ങൾ വിടില്ല. നാടകത്തിൽ നിന്നു മാറുന്നതാണ് നിങ്ങൾക്ക് നല്ലത്. അല്ലെങ്കിൽ ജീവിക്കാൻ വിടില്ല.'

എഴുതി പഠിപ്പിച്ച വാക്കുകൾപോലെ ഭീഷണി. ഒരു ബോംബു സ്ഫോടനം കണക്കെ അതിന്റെ ചീളുകൾ മനസ്സിൽ ചിതറിക്കിടന്നു. അഡോൾഫ് ഹിറ്റ്ലർ - ഇന്ത്യ- രാജ്യസ്നേഹി-വംശാഭിമാനി-പൗരത്വ ബില്ല്-കാശ്മീർ-ജീവിക്കാൻ വിടില്ല. ഒരു പ്രോംപ്റ്റർ പിറകിലുള്ളപോലെ ഘനഗംഭീര അഹംഭാവം നിറഞ്ഞ പുരുഷശബ്ദം.

ഞാൻ എന്നു ഞാൻ തുടങ്ങുമ്പോളേക്കും ഫോൺ മുറിഞ്ഞു. ഓസ്‌വിറ്റ്സ് തടങ്കൽ പാളയത്തിൽ നിന്നെന്നപോലെ ഒരു നിലവിളി ഞാൻ കേട്ടു.

ഞാൻ റീത്തയെ വിളിച്ചു. എന്റെ ഭയം എന്റെ മുഖത്തുണ്ട്. അവളെന്നെ സമാധാനിപ്പിച്ചു. അതാരോ തമാശ കളിച്ചതാണെന്നു പറഞ്ഞു. അല്ല, ഒരു നാടകം ഇത്ര പ്രശ്നമുണ്ടാക്കുമോ?

''നിങ്ങൾ വലിയ നടനല്ലേ, പിന്നെന്തിനാ ഭയക്കുന്നത്'

റീത്തയുടെ പരിഹാസമായിരുന്നു രാത്രിയിലെ അവസാനത്തെ ഡയലോഗ്. അതിനു ഭയങ്കര മൂർച്ചയുണ്ടായിരുന്നു. ഒട്ടും ഞാനുറങ്ങിയില്ല. വല്ലാത്ത രാത്രി. ഭയം - ഭയപ്പെടുത്തുന്ന കൂരിരുട്ട് - ഇരുൾ പോലെ പരന്ന കിടക്കയിൽ തിരിച്ചലും മറിച്ചലും തന്നെ. കിടക്കക്കുള്ളിൽ

നനുത്ത പഞ്ഞികളല്ല. അസ്ഥികൂടങ്ങൾ. പുറത്താരോ നടന്നടുക്കുന്ന തുപോലെ. എവിടെയോ എന്തൊക്കെയോ തകർന്നുവീഴുന്ന ഒച്ച. നില വിളി. മനുഷ്യമാംസത്തിന്റെ മണം. ആരോ വാതിലിൽ ഭീകരമായി ഇടി ക്കുംപോലെ. എന്റെ വസ്ത്രങ്ങൾ ആരോ ഓരോന്നായി പറിച്ചെടുക്കു ന്നു. ഇപ്പോൾ ഞാൻ പൂർണനഗ്നനാണ്. ഞാൻ തകർന്നുപോവുകയാ ണ്. ഞാൻ ഇല്ലാതാവുകയാണ്. എന്നേക്കാൾ വലുത് എന്തൊക്കെയോ ഭൂമിയിലുണ്ട് എന്ന തോന്നലിൽ മനസ്സ് കയറിപ്പിടിക്കവേയാണ് ഞാൻ നിദ്രയിൽ വീണുപോയത്. അതും പുലരാൻ നേരത്ത്. ഒരു സ്വപ്നം വന്നുനിന്നു. അവ്യക്തമായിരുന്നു അത്. ഞാനും റീത്തയും സ്വാതിയും മനോജും ശശിയും പിന്നാരൊക്കെയോ ഉണ്ട്. ഒരു അഭയാർത്ഥി കേമ്പിൽ ഒട്ടിപ്പിഞ്ഞിയ അലൂമിനിയം പാത്രവും പിടിച്ച് ഭക്ഷണത്തിന്റെ ക്യൂവിൽ. അകലെ വേറൊരു ക്യൂവിലാണ് റീത്ത. ഞാനവളെ വിളിക്കുന്നുണ്ട്. ശബ്ദമുയരുന്നില്ല. കാൽ മാറ്റിവെച്ച് എനിക്ക് നടക്കാനാവുന്നുമില്ല. കെട്ടി യിട്ടതുപോലെ.

റീത്ത വന്നു വിളിച്ചു. ഇന്നു റിഹേഴ്സലില്ലേ എന്നു ചോദിച്ചു. ആ നേരം രാത്രിവന്ന വിളിയെക്കുറിച്ച് ഞാൻ വീണ്ടുമോർത്തു.

'അതൊന്നും ഓർമ്മിക്കണ്ട. റിഹേഴ്സലിനു പോകണം. ആ നാടകം നമുക്ക് അവതരിപ്പിക്കണം എന്നുപറഞ്ഞ് അവളെന്റെ കൈയിൽ പിടി ച്ചു. കിടക്കയിലിരുന്നു അവളെന്നെ പൊക്കി. ഇതാദ്യമാണ്. എന്റെ ഇഷ്ട ത്തിന് ഞാനുറങ്ങും. ഞാനെഴുന്നേൽക്കും. പിടിച്ചെണീപ്പിക്കുന്നത് എനി ക്കിഷ്ടമല്ല. വിവാഹത്തിനുശേഷം ഇത് ആദ്യം. അവളെപ്പോഴും പറ ഞ്ഞുകൊണ്ടിരുന്നു. ആരോ നാടകത്തെ പേടിക്കുന്നുണ്ട്. അതുകൊണ്ട് തന്നെ ഈ നാടകം കളിക്കണം. നിങ്ങളെഴുന്നേറ്റ് റെഡിയാവ്.

റീത്തയുടെ വാക്കുകൾ അരങ്ങിൽ മുഴങ്ങുന്നുണ്ട്. നാടകം കളിക്ക ണം. ഭയം വിട്ടുമാറിയിട്ടില്ല. വീട്ടിൽ നിന്നിറങ്ങുമ്പോൾ മുറ്റത്ത് സ്വാതി. ഒരു മോട്ടോർ സൈക്കിളിൽ. ഞാനിന്നലെ അവസാനം എഫ്ബിയിലിട്ട പോസ്റ്റിനെ ഓർത്തു. എനിക്ക് സങ്കടം വന്നു. അപൂർവ്വമായേ എനിക്ക് സങ്കടം വരാറുള്ളൂ. സങ്കടം എന്റെ സ്വന്തം വികാരമല്ല.

രാത്രിയിലാണെന്നു തോന്നുന്നു. ഉണരുമ്പോൾ നിശാവസ്ത്രം ഊരി യിടുന്നതുപോലെ ഞാനെന്റെ ഉള്ളിലെ ഞാനിനെ അഴിച്ചൂരിയിട്ടതുപോ ലെ. അതാവാം സ്വാതിയെ കണ്ടപ്പോൾ എന്റെ കണ്ണുനിറഞ്ഞത്.

സ്വാതി: ആനന്ദേട്ടൻ എഫ്ബിയിൽ എഴുതിയത് ശരിയാ. എനിക്കത് മനസ്സിലായി. ഞാനതിനു പറ്റില്ല.

ഞാൻ: സ്വാതി എന്നോട് ക്ഷമിക്കുക. നീ തന്നെ ആ കഥാപാത്രമാ കണം. ഞാനങ്ങനെ എഴുതിപ്പോയതാ. നീ നന്നായി അഭിനയിക്കുന്നു ണ്ട്.

പശ്ചാത്തലത്തിൽനിന്ന് റീത്ത പറയുന്നത് മുറ്റത്ത് കേൾക്കാം.

ഈ കാണിക്കുന്ന സെന്റിമെന്റ്സും, അഹംഭാവവും നമ്മുടെ നാടകത്തിന് പറ്റില്ല. നല്ല ശക്തിവേണം. തടങ്കൽപാളയങ്ങളുടെ മതിലുകൾ തകർക്കുന്ന ശക്തി.

സ്വാതിയുടെ മോട്ടോർ സൈക്കിളിൽ പിറകിലിരുന്നു ഞാൻ റീത്തക്ക് കയ്യുയർത്തി യാത്ര പറഞ്ഞു. പിബിഎസിയുടെ പിറകിലിരുന്നു.

ബാലഗോപാലനടക്കം എല്ലാവരും നേരത്തെ എത്തിയിരിക്കുന്നു. എനിക്കു രാത്രി വന്ന ഫോൺകോൾ എല്ലാവരുമറിഞ്ഞിട്ടുണ്ട്.

ബാലഗോപാലൻ: (എന്നോട് സ്വകാര്യം) നാടകെ അവരെ ഭയപ്പെടുത്തുന്നുണ്ട്. നമ്മളൊന്നിച്ച് നിന്നാൽ മതി. ധീരരായി. ഹിറ്റ്ലരെ പോലെയല്ല. നാടകത്തിലെ തോട്ടക്കാരനെപ്പോലെ.

മനോജ്: തുടങ്ങാം.

ഞാൻ: (പതുക്കെ, പതുക്കെ) ഒരു മാറ്റം പറയാം. ഞാൻ തോട്ടക്കാരനാവാം. രാജീവൻ തന്നെ ഹിറ്റ്ലറാവട്ടെ. മനോജും പത്മനാഭനും പറഞ്ഞതാണ് ശരി.

(അരങ്ങ് ഒരുനിമിഷം സ്തംഭിച്ചുനിന്നു. പിന്നീടത് സംഗീതമയമായി. സംഗീതോപകരണങ്ങൾക്ക് നടുവിലിരുന്നു അവ്യക്തമായ അരങ്ങിൽ ആരോ പാടുന്നുണ്ട്.)

ഞാൻ: രാജീവൻ കരുത്തനാണ്. ഏകാധിപതിയായ, ക്രൂരനായ ഹിറ്റ്ലറെ രാജീവൻ കൃത്യമായി കാണിച്ചുതരും. രാജീവൻ എന്നേക്കാളും നല്ല നടനാണ്.

(രാജീവൻ എന്തോ പറയാൻ ശ്രമിക്കുന്നുണ്ട്. സംഗീതത്തിൽ അത് മുങ്ങിപ്പോകുന്നു.)

മനോജും പത്മനാഭനും ഒന്നിച്ച്: റിഹേഴ്സൽ തുടങ്ങാം.

ചുകന്ന തിരശ്ശീലയിൽ എഫ്ബിയിൽ തോട്ടക്കാരൻ എഴുതി 'ഞങ്ങൾ നാടകം കളിക്കും.'

ഞാൻ എവിടെയോ അപ്രത്യക്ഷനായി. തോട്ടക്കാരനായി തിരിച്ചുവന്നു. തോട്ടക്കാരൻ തിരശ്ശീലക്കു പിറകിൽ നിന്നു. അരങ്ങിൽ അയാളുടെ ഊഴവും കാത്ത്.

ഇപ്പോൾ ഞാൻ ഇല്ല. ഞങ്ങൾ കഥാപാത്രങ്ങളും നടന്മാരും മാത്രം.

ചാരുമജ്ജുംദാറിന്റെ വരവും പോക്കും

ആണിയടക്കം നിലത്ത് വീണ് ഒടിഞ്ഞുകുത്തിക്കിടക്കുന്ന പി.കെ കൃഷ്ണൻ കലണ്ടർ ചുമരിലെ ഓട്ടയിൽ എടുത്തു കുത്തിക്കൊണ്ട്, ചുകന്ന അക്ഷരത്തിലെഴുതിയ വർഷം 1970 എന്നു മനസ്സിൽ വായിച്ചു, സാധു ബീഡി കമ്പനിമാനേജർ ഗംഗേട്ടനോട് തിരക്കാരൻ എം രാമകൃഷ്ണൻ ഉറപ്പുള്ള ശബ്ദത്തിൽ പതുക്കെ പറഞ്ഞു.

'ഞാനിന്നു നേരത്തെ പോകും.'

മാനേജർ സഖാവ് ഗംഗാധരൻ അവനെ ഒരു ചെറുചിരിയോടെ നോക്കി. തലേന്നത്തെ ബീഡി കണക്ക്, മടിയിൽ വെച്ച നീണ്ട റജിസ്റ്ററിൽ ബോൾപെന്നു കൊണ്ടെഴുതി ഒട്ടും പരിഭവം കാണിക്കാതെ പറഞ്ഞു.

'ഇന്നത്തെ ബീഡിയുടെ എണ്ണം കുറക്കണ്ട.' എന്നിട്ടവന്റെ മുഖത്ത് നോക്കി ചിരി കുത്തിമടക്കി പറഞ്ഞു. 'നീ ഇന്നലെ പാർട്ടി ബ്രാഞ്ചിനു വന്നില്ല.'

പുകയിലയുടെ ലഹരിമണമാണ് പെരളശ്ശേരി ടൗണിന്. പതിനൊന്നു ബീഡിക്കമ്പനികളുണ്ട് ഈ ടൗണിൽ. രാവിലെ ഏഴ് മണിക്ക് കത്രിക ബീഡി ഇലയെ മുറിച്ചിടുന്ന ക്റ് ശബ്ദം അവിടവിടെ കേട്ടു തുടങ്ങും. എട്ടു മണിയാകുമ്പോൾ പെരളശ്ശേരി ടൗണിലാകെ ക്റ്ന്റെ സംഗീതമാണ്. അത് മഴക്കാലത്തെ തവളയൊച്ചകളേയോ, രാത്രിയിലെ കീരാംകീരി കരച്ചിലിനിയോ ഓർമ്മിപ്പിക്കും. ഒരുഭാഗം വലുതും മറേറ ഭാഗം ചെറുതും ചരിഞ്ഞതും ദീർഘചതുരത്തിലുമായി ഇലകൾ മുറങ്ങളിലേക്ക് മുറിഞ്ഞു വീഴും. ക്റ്.... ക്റ്... ഇലയിൽ തോത് വെച്ചാണ് ബീഡിതിരക്കാരും, കെട്ടുകാരായ കുട്ടികളും ഇല മുറിച്ചു വീഴ്ത്തുക. നല്ല പണിക്കാർക്ക് തോത് വേണ്ട. തോത് മനസ്സ് കൊണ്ടു ഇലയിൽ വരഞ്ഞിരിക്കും. ആ ചരിവെല്ലാം കൃത്യമായിരിക്കും. കാറ്റിന്റെ വേഗതയിൽ ഇല മുറിഞ്ഞ് മുറിഞ്ഞ് വീഴും. ഇലയുടെ വലിയ ഭാഗം ബീഡി മുഖമാണ്.

നഖം കൊണ്ട് കുത്തിയിട്ട് തിരക്കാരനാണ് ബീഡിയുടെ മുഖം തീർക്കുന്നത്. ബീഡിവലിക്കാരൻ തീപ്പെട്ടി കൊണ്ടോ ലൈറ്റർ കൊണ്ടോ തീപ്പൊരി ഉണ്ടാക്കി തൊടുന്നത് ഈ മുഖത്താണ്. ഇലയുടെ വാൽഭാഗം അത് ചരിഞ്ഞതും ചെറുതുമാണ്. ഒരു കുഞ്ഞുമടക്കിട്ട് അതിനെ മൂടും. ബീഡി വലിക്കാരന്റെ ചുണ്ടിൽ അതിനാണ് സ്ഥാനം.

പത്ത് മണിയാകുമ്പോൾ ചെറിയ നനഞ്ഞ ചാക്കു കഷണങ്ങളിൽ ഇലകൾ പൊതിഞ്ഞ് ഓരോ ബീഡി കെട്ടുകാരനും മരപ്പലകയിറങ്ങി മുറ്റത്തെത്തും. അതവന്റെ പണിയാണ്. ഇല നനക്കണം. റോഡിലെ കാഴ്ചകൾ നോക്കി വലിയ ഇരുമ്പുബക്കറ്റിലെ വെള്ളത്തിൽ നിന്നു അവർ ഇല നനക്കും. ജലം കൈകൊണ്ട് കോരിയെടുത്ത് ഇലയിലെമ്പാടും തളിക്കും. തീർത്ഥജലം കുടയും പോലെ - പ്രാർത്ഥന പോലെ ബീഡി അനായാസം ചുരുട്ടിയെടുക്കാനുള്ള നനവു കിട്ടണം. നനഞ്ഞു കുതിർന്ന ഇല, നനഞ്ഞു കുതിർന്ന ചാക്കു കഷണത്തിൽ പൊതിഞ്ഞ് മുറത്തിൽ, തിരക്കാരന്റെ ഇടതുകൈയുടെ മൂലയിൽ ഒരു ഭ്രൂണം പൊതിഞ്ഞുവെച്ചതു പോലെ. ഇനി ബീഡിതെര തുടങ്ങാം.

കമ്പനിയിൽ നീണ്ട ബഞ്ചുകൾ മുഖാമുഖം ഇട്ടിരിക്കും. ബീഡി തെരക്കാരനും, കെട്ടുകാരൻ കുട്ടിയും മുഖാമുഖം നോക്കിയാണ് ഇരിപ്പ്. അവരുടെ രണ്ട്പേരുടെയും മടിയിൽ തൊട്ട് ബീഡി മുറം. തെരക്കാരന്റെ മുണ്ടിനും, കെട്ടുകാരന്റെ ട്രൗസറിനും മുകളിൽ ഒരു കുഞ്ഞു പാലമായി മുറം.

തെരക്കാരന്റെ ഇടതു കയ്യുടെ ഭാഗത്ത് മുറത്തിന്റെ മൂലയിൽ ചാക്കു കെട്ടിൽ നനഞ്ഞു കുതിർന്നു വിവശയായ ഇലകളുടെ കൂമ്പാരം. മറ്റേ മൂലയിൽ മഞ്ഞ നിറത്തിൽ പുകയില. അതിന്റെ ഒരു ചെറിയ കുന്ന്. നൂൽകെട്ടുകാരന്റെ മുന്നിൽ റ അടയാളത്തിൽ തെറുത്ത് നൂൽ കെട്ടിയിട്ട ബീഡി അട്ടിവെച്ചിരിക്കുന്നു. ഒരു അനുഷ്ഠാനം പോലെ ഇടത്തേ കൈകൊണ്ട് ഇലയെടുത്ത്, പാത്തി പോലാക്കി കോട്ടി, അതേ സമയത്ത് വലതു കൈ കൊണ്ട് അതിൽ പുകയില നുള്ളിയിട്ട് ചുരുട്ടി, മുഖഭാഗത്ത് നഖം കൊണ്ട് കുത്തിയടച്ച്, വാൽ ഭാഗത്ത് ഇല ഉള്ളിൽ മടക്കി അത് കെട്ടുകാരന് കൈമാറുന്നു. അവന്റെ വിരലിൽ കനമേയില്ലാത്ത, അദൃശ്യമായ ഒരു നൂലുണ്ട്. അവനത് രണ്ട് പ്രാവശ്യം ബീഡിയുടെ വാൽഭാഗത്ത് കറക്കുന്നു. നൂൽ ചുരുട്ടി കെട്ടുന്നു. നൂൽ തിരുമ്മി പൊട്ടിക്കുന്നു. അസാമാന്യമായ വേഗതയിൽ അവനത് റ കവാടത്തിന്റെ മുകളിൽ വേദനിപ്പിക്കാതെ വെക്കുന്നു. അപ്പോഴേക്കും നൂൽകെട്ടാനുള്ള അടുത്ത ബീഡി അവനു കിട്ടിയിരിക്കും. വീണ്ടും തെരക്കാരൻ തിര

ക്കുന്നു. കെട്ടുകാരൻ നൂൽ ചുറ്റുന്നു. മുറിക്കുന്നു. മുറത്തിലെ റ കവാട ത്തിൽ വെക്കുന്നു. അദൃശ്യമായ വേഗതയുടെ ആവർത്തനം പെരളശ്ശേ രിയിലെ പതിനൊന്ന് ബീഡി കമ്പനികളിലെ മുളപാളികൾ മുറിച്ചുണ്ടാ ക്കിയ മുറത്തിനു മുകളിൽ നടക്കുന്നു. പുകയില മണം കൊണ്ടു നിറഞ്ഞ ഭൂമിയും ആകാശവും കൊണ്ട് ആ ചെറിയ പട്ടണത്തിന് ലഹരി പിടി ക്കുന്നു.

കർക്കശക്കാരായ ചില തിരക്കാരുണ്ട്. കെട്ടലിന്റെ വേഗത കുറഞ്ഞെ ങ്കിൽ അവരിൽനിന്ന് കെട്ടുകാരന് കിട്ടും അടി. പുകയില മണമുള്ള വലിച്ചൊരടി. മൊത്തിക്ക്. തിരക്കാരൻ അപ്പോൾ ജന്മിഭൂപ്രഭു വർഗമാണ്. കെട്ടുകാരൻ തൊഴിലാളിവർഗവും. കുറച്ചു കഴിഞ്ഞാൽ ചായവരും. ചായ ഊതിയൂതി പകുതി കുടിച്ച് ബാക്കി പാതി കെട്ടുകാരന് കൊടുക്കും. കെട്ടാനുള്ള ബീഡി കൈമാറുന്നതു പോലെ ചായയും. കെട്ടുകാരൻ ചെക്കന് പകുതി തണിഞ്ഞ ചായ. ചൂടും തണുപ്പും കലർന്ന സ്നേഹം. വർഗരഹിത ബന്ധം. ഈ സ്നേഹത്തിന് മുന്നിൽ ചെക്കൻ തൊട്ടു മുന്നേ കിട്ടിയ അടിമറന്നു പോകും.

കച്ചേരിമട്ട കയറുമ്പോൾ രണ്ട് സാധു ബീഡി കമ്പനികൾ അടുത്ത ടുത്തുണ്ട്. കച്ചേരിമട്ട കയറിയാൽ പെരളശ്ശേരി ടൗണായി. പിന്നെ റോഡിന് അപ്പുറവും ഇപ്പുറവവും ഇടവിട്ടിടവിട്ട് ബീഡിക്കമ്പനികൾ. പീടി കകളുടെ മുകളിലും താഴെയും. ബീഡി മുറങ്ങളിൽ അട്ടിയിട്ട് വെച്ചത് ബീഡികളല്ല, തോക്കുകളാണെന്ന് രാമകൃഷ്ണൻ ഉപമ പറഞ്ഞു. കമ്പ നിയിൽ വീക്കിലി വായിക്കുമ്പോൾ ഇപ്പോൾ കവിത വായിച്ച് ശീലമായി. അങ്ങിനെയാണ് രാമകൃഷ്ണന് തോക്ക് ബീഡിയുടെ ബിംബമായത്. കവിതക്കും പുകയില മണത്തു.

ഇടവഴികളും, ചിറകളും, വയൽ വരമ്പുകളും കടന്ന്, തോടു മുറിച്ചു ചാടി ചെറു മാവിലായി നിന്നും, ചിരത്തും കണ്ടിയിൽ നിന്നും, വടക്കു മ്പാട് നിന്നും, കോട്ടത്തു നിന്നും, എടക്കടവ് നിന്നും, ഐവർകുളത്തു നിന്നും, മുണ്ടലൂരിൽ നിന്നും, മക്രേരിയിൽ നിന്നും, കിലാലൂരിൽ നിന്നും ബീഡി തെരക്കുന്ന ചെറുപ്പക്കാരും, പെണ്ണുങ്ങളും, കെട്ടുന്ന കുട്ടികളും രാവിലെ ഏഴ് മണിയാകുമ്പളേക്കും പെരളശ്ശേരിയിലെ ബീഡി കമ്പനി കളിലെത്തുന്നു. പുലർന്നു തുടങ്ങുമ്പോളുള്ള ഒരൊഴുക്കാണത്. കുറേ നൂൽവരകളിലൂടെ മനുഷ്യരുടെ പരക്കംപാച്ചിൽ. നേരത്തെ പണി തുട ങ്ങിയാൽ ബീഡിയുടെ എണ്ണം തോനെ കൊടുക്കാം.

ഏഴരയോടെ എല്ലാവരുമെത്തും. പേപ്പർ വായന തുടങ്ങും. പേപ്പർ വായിക്കുന്ന പണിക്കാരന് എല്ലാവരും ബീഡി നൽകും. വായിക്കുമ്പോ

ളുള്ള ബീഡി നഷ്ടം എല്ലാവരും ചേർന്നു നികത്തും. ദേശാഭിമാനി, മാതൃ ഭൂമി, മനോരമ, മഖൻസിങ്ങിന്റെ മരണം, പൂതപ്പാട്ട്, വാരിക, മാസിക, ആഴ്ചപതിപ്പ്, നോവൽ, കഥ, അമ്മ, കാട്ടു കടന്നൽ, വിലയ്ക്കു വാങ്ങാം, മലയാള നാട്, കുങ്കുമം, കേരള ശബ്ദം, ചിന്ത, നവയുഗം, ജനയുഗം, നാന, പാബ്ലോ നെരൂദ മലയാളത്തിൽ, ചൈനക്കുമേൽ ചുവപ്പു താരം... മത്ത് പിടിപ്പിക്കുന്ന വായന. അരഞ്ഞാണം പോലുമില്ലാതെ, നഗ്നനായ ഒരു കുട്ടി പുകയിലക്കാടുകളിൽ രാവും പകലുമറിയാതെ ഉറങ്ങുന്നതു പോലെ..

ദൈവം ബീഡിക്കമ്പനിയിൽ കയറി ഒരു ഉണങ്ങിയ ബീഡി ചോദിച്ചു വാങ്ങി തീപ്പെട്ടി കൊള്ളിയുരച്ച് തീകൊളുത്തുമ്പോൾ പടരുന്ന ചെറിയ പ്രകാശം പോലെ പുസ്തകങ്ങളുടെ ചുകന്ന കത്തൽ.

പണിയില്ലാത്ത ദിവസം നാണുവാണ് വായനക്കാരൻ.. അല്ലെങ്കിൽ രാമകൃഷ്ണൻ. മുറത്തിൽ പത്രവും, പുസ്തകവും വെച്ച് വായിക്കും. ഉച്ചത്തിൽ. എല്ലാവരും അത് കേട്ടിരിക്കും. പണി നഷ്ടപ്പെടുത്തി വായി ക്കുന്ന രാമകൃഷ്ണന് കൂലി സമയവും ബീഡി എണ്ണവും കണക്കാക്കി എല്ലാവരും വീതം വെച്ചു കൊടുക്കും.

രാമകൃഷ്ണൻ എഴുനൂറ് ബീഡി കഷ്ടപ്പെട്ട് തിരച്ചെടുത്തു. കെട്ടുകാ രൻ ചെക്കൻ ഓട്ടമത്സരത്തിന്റെ സ്പീഡിൽ കെട്ടി, പിന്നെ മുറത്തിൽ അട്ടിയായിനിരത്തി. അതുകൊണ്ടാ എഴുനൂറ് തികച്ചത്. നാളത്തേക്ക് ഇല മുറിക്കാൻ പറഞ്ഞ് രണ്ട് രൂപപെക്കന്റെ കീശയിലിട്ട്, ഇരിക്കുന്ന ബഞ്ചിന്റെ സൈഡിൽ വെച്ച 'ഭരണകൂടവും വിപ്ലവവും' എന്ന പുസ്തകം ഇരിക്കാൻ ബഞ്ചിൽ വിരിച്ച പേപ്പറിന്റെ അടിയിൽ യു ജി യിലെന്ന പോലെ ഒളിപ്പിച്ചു വെച്ച് ഹൈസ്കൂളിന്റെ മുന്നിൽ നിന്ന് രാമ കൃഷ്ണൻ കണ്ണൂരിലേക്ക് ആനന്ദകൃഷ്ണ ബസ്സ് കയറി.

നേരത്തെ ഇരുളുന്ന വൈകുന്നേരം. തീവണ്ടി ആപ്പീസ് ആറുമണിക്കു തന്നെ മങ്ങാൻ തുടങ്ങി. രാത്രിയിൽ വെളിച്ചത്തിന്റെ ഒറ്റയൊറ്റ കണ്ണുക ളേയുള്ളു പ്ലാറ്റ്ഫോമിൽ. വടക്കുനിന്നും തെക്കുനിന്നും തീവണ്ടി വരു മ്പോൾ മാത്രം അതിന്റെ പേടിപ്പിക്കുന്ന കണ്ണുകൾ പ്ലാറ്റ്ഫോമിൽ പ്രകാശം പരത്തും. ഭരണകൂടത്തിന്റെ കണ്ണുകളാണത്. വൃത്തികെട്ട പ്രകാശം. അത് പട്ടാളക്കാരെപ്പോലെ തീവണ്ടിയാപ്പീസ് കീഴടക്കും. തീവണ്ടിയാപ്പീസിലെ ചെറിയ ചെറിയ പ്രകാശങ്ങളെല്ലാം പേടിച്ചെന്ന പോലെ അരക്കണ്ണ് ചിമ്മും.

നാലഞ്ച് കുടിൽ പോലുള്ള, മണ്ണിനോട് ചേർന്ന ആകാശത്തിലേക്ക് തല ഉയർത്താത്ത കെട്ടിടങ്ങൾ മാത്രമാണ് തീവണ്ടി ആപ്പീസ്സ്. കമ്പി

വേലികൾ കൊണ്ട് മറച്ച ടിക്കറ്റ് കൊടുക്കുന്ന സ്ഥലം. തൊട്ടടുത്ത് റിസർവേഷൻ കൂട്. റെയിൽവെ പോലീസുകാരുടെ ചെറിയ കെട്ടിടം. വിശ്രമിക്കാനുള്ള ചെറിയ മുറി. സ്റ്റേഷൻ മാസ്റ്ററുടെയും ജീവനക്കാരുടെയും ഓഫീസ് മുറി. രണ്ട് പ്ലാറ്റ്ഫോം മാത്രം.

റിസർവേഷൻ കൗണ്ടറിനു മുന്നിലുള്ള പ്ലാറ്റ്ഫോമിലെ സിമന്റ് ബഞ്ചിലാണ് രാമകൃഷ്ണൻ ഇരുന്നത്. കൂട്ടിമുട്ടാതെ പോകുന്ന പാളങ്ങളെക്കുറിച്ചാണ് അവൻ ആലോചിച്ചത്. സെക്കന്റ് പ്ലാറ്റ്ഫോമിനുമപ്പുറത്ത് ചെറിയ മരങ്ങളും ചെടികളും തീർത്ത ഇലച്ചാർത്തുകൾ. അതിനിടയിലെ ചെറിയ വഴികൾ. വഴികൾ റെയിൽവെ ജീവനക്കാരുടെ ക്വാർട്ടേർസിൽ അവസാനിക്കുന്നു. ചെറിയ വീടുകൾ. എവിടെ നിന്നോ വരാനുള്ള തീവണ്ടി കാത്തു കിടക്കുന്ന വേറൊരു ജീവിയെപ്പോലെ.

ഒരു തീവണ്ടി വന്നു നിന്നു. രാമകൃഷ്ണൻ പ്രതീക്ഷിക്കുന്ന ട്രെയിനല്ല അത്. വേറേതോ. എവിടെ നിന്നോ വരുന്നത്. കരിയും പുകയും നിറഞ്ഞ ജീവിതത്തിൽ, യാതൊരു പ്രതീക്ഷയുമില്ലാത്ത ഒരു ജന്തു. ഷൊർണൂർ ഭാഗത്തുനിന്നാണ്. ആളുകൾ ഇറങ്ങി വരുന്നുണ്ട്. ആളുകൾ വിപ്ലവകാരികളെപ്പോലെ ജാഗ്രത്താണ്. നഗരങ്ങൾ വളയാൻ പ്രസ്ഥാനം റിക്രൂട്ട് ചെയ്തവരാണിവരെന്ന് രാമകൃഷ്ണൻ സങ്കൽപ്പിച്ചു. മാവോവിന്റെ ചൈനീസ് റിപ്പബ്ലിക്കിലെ ഒരു ഉൾനാടൻ നഗരത്തിലെ പൊട്ടിപ്പൊളിഞ്ഞ റെയിൽവെ സ്റ്റേഷനിലാണ് താനിരിക്കുന്നത് എന്നു കൂടി ഭാവന ചെയ്തപ്പോൾ അയാൾ അറിയാതെ മുഷ്ടി ചുരുട്ടി.

ആ സമയം ഒരാൾ വന്നു രാമകൃഷ്ണന്റെ പിറകിൽ നിന്നു ചുമലിൽ തൊട്ടു. അയാൾ കനത്ത ശബ്ദത്തിൽ പറഞ്ഞു. ഞാനാ ആർ പി വേലായുധൻ. മെഗഫോണിൽ ശബ്ദം കുറച്ച് പറയും പോലെ. ഇരുട്ടിലെ ഒളിവിൽ നിന്നു പൊടുന്നനെ പുറത്തു വന്ന ഒരാളുടെ ആത്മവിശ്വാസം രാമകൃഷ്ണന് മുന്നിൽ പുഞ്ചിരി കൊണ്ട് സല്യൂട്ട് അടിച്ചു.

'നേരത്തെ എത്തിയോ'

'പകൽ തന്നെ വന്നു. വൈകരുതല്ലോ'

'റവലൂഷണറി കൃത്യനിഷ്ഠ അല്ലേ'

'അല്ല. വിപ്ലവകാരികളുടെ ചുമതലബോധം. വണ്ടി പോയിക്കഴിഞ്ഞിട്ട് സ്റ്റേഷനിലെത്തുന്നത് ശരിയല്ലല്ലോ. വരുന്ന സഖാവിന് കേരളത്തിലെ വിപ്ലവകാരികൾ മെല്ലെപ്പോക്കുകാരാണ്, അലസരാണ് എന്ന വിചാരമുണ്ടാക്കരുതല്ലോ. നമ്മൾ എത്ര അലസരാകുന്നുവോ വിപ്ലവം അത്രയും വൈകും.'

അനൗൺസ്മെൻറ് വന്നു. വണ്ടി ഇരുപത് മിനുട്ട് വൈകി ഓടുന്നു.

'ഇന്ത്യൻ റെയിൽവെ വിപ്ലവകാരിയല്ല. കൃത്യനിഷ്ഠയില്ലാത്തവൻ. വിപ്ലവം വൈകിപ്പിക്കുന്നവൻ. എന്നാൽ ഇന്ത്യൻ റെയിൽവെയുടെ പാളങ്ങളിലൂടെ ഒരു വിപ്ലവകാരി വരുന്നുണ്ട്.'

ആർ.പി.വി. തമാശ പറയാറില്ല എന്നു എം രാമകൃഷ്ണനറിയാം. അതുകൊണ്ട് രാമകൃഷ്ണൻ ചിരിച്ചില്ല. വിപ്ലവകാരികൾക്ക് ജീവിതം തമാശയല്ല. തോക്കുകൾ തമാശ പറയാറില്ല.

അതുകൊണ്ടാവാം, ചില വിപ്ലവകാരികളുടെ ശരീരഭാഷ വെടിയുണ്ടകൾ പോലെ വികാരലേശമില്ലാത്തതായത്. ഒരു നോട്ടം. പുറത്തു വരാത്ത ഒരു ചിരി. ഒരു തലയാട്ടൽ. വിപ്ലവകാരികൾക്ക് മൃദുലഭാവങ്ങളില്ല. വിപ്ലവത്തിന്റെ വസന്തത്തെക്കുറിച്ച് വിചാരിക്കുമ്പോളും, മുഖത്ത് കടുത്ത വേനലായിരിക്കും. കത്തിനിൽക്കുന്ന വെയിലിൽ തിളങ്ങുന്ന മൊട്ടക്കുന്നിന്റെ ചരിവിലെ ഒളിസങ്കേതം പോലെ വിപ്ലവകാരികളുടെ മുഖം.

ഇരുട്ടും വെളിച്ചവും വെടിയേറ്റു വീണ മനുഷ്യരെപ്പോലെ പ്ലാറ്റ്ഫോമിലും പാളങ്ങളിലും നെഞ്ചമർത്തി ഇഴയുന്നുണ്ട്. റെയിൽവെ ക്വാർട്ടേർസിനു നടുവിലെ വലിയ മരത്തിൽ മിന്നാമിനുങ്ങുകളുടെ കണ്ണു ചിമ്മലുണ്ട്. ഇപ്പോൾ ക്വാർട്ടേർസുകൾ ഇരുട്ടിൽ ഉടഞ്ഞുപോയി. ബോംബു വീണു തകർന്ന ഒരു പോലീസ് സ്റ്റേഷൻകണക്കെ.

ചുറ്റും നെൽവയലുകളാണ്. നക്സൽ ബാരിയിലെ ഹാതിഗിഷയിലെ നെൽവയലുകൾ. ചായത്തോട്ടങ്ങൾ. മുളങ്കാടുകൾ. മുളം കുടിലുകൾ. മേച്ചടപ്പുഴയിലെ നീരൊഴുക്കിന്റെ ശബ്ദം കേൾക്കാം. അറുപത് നാഴിക നടന്നാൽ തിബത്തിലെത്തും. നേപ്പാളിൽ മാവോവിനെ കാണാം. തിബത്തിൽ ശ്രീബുദ്ധനേയും. വിപ്ലവകാരികളുടെ കാൽനടയാത്രകൾ തിബത്തിലേക്കല്ല, നേപ്പാളിലേക്കാണ്.

നക്സൽബാരിയിലേക്ക് ദൂരം വളരെയധികമൊന്നുമില്ലെന്ന് രാമകൃഷ്ണനു തോന്നി. പാളങ്ങളുടെ ഇപ്പുറം കൽക്കത്തയും, അപ്പുറം സിലിഗുരിയുമാണെന്ന് അയാൾ കഥയുണ്ടാക്കി. സിലിഗുരി ഹാതിഗിഷ, പ്രസാദ് ജോട്ട് നക്സൽ ബാരി.

അയാൾ ഒച്ചയുണ്ടാക്കാതെ അണ്ടർഗ്രൗണ്ടിലിരിക്കുന്ന ഒരാൾ ആഗ്രഹിക്കുന്നതു പോലെ മുദ്രാവാക്യം വിളിച്ചു

വിപ്ലവം ജനങ്ങളുടെ ഉത്സവമാണ്.

സമയം രാത്രി പത്ത് മണി കഴിഞ്ഞിരിക്കുന്നു. പകൽ തീർന്നതും രാത്രി തുടങ്ങിയതും രാമകൃഷ്ണനെ ബാധിച്ചതേയില്ല. ഈ രാത്രി മാഞ്ഞു പോവരുത് എന്നാണയാൾ ആഗ്രഹിച്ചത്. മീൻപിടുത്തക്കാരനായ

ജങ്കൾസന്താൾ മനുഷ്യരെ പിടിച്ചതിനെക്കുറിച്ചാണ് അയാൾ ഓർമ്മിച്ച ത്. കറുത്തിരുണ്ട മനുഷ്യനെ ചിത്രത്തിൽ കണ്ടിട്ടുണ്ട്. കരിമ്പാറക്കു ള്ളിൽ മനുഷ്യരോടുള്ള സ്നേഹമാണെന്ന് വായിച്ചിട്ടുണ്ട്. ദീർഘകായ നായ, ബനിയനിട്ടു നടക്കുന്ന കനു സന്യാൽ മുളം കുടിലുകളിൽ നിന്ന് കഞ്ഞി കുടിച്ച്, തന്റെ കുടിലിൽ തിരിച്ചു വന്നു കിടന്നു കൊണ്ട് ലഘു ലേഖകൾ വായിക്കുന്നത് അയാൾ ഓർത്തെടുത്തു. ലഘുലേഖകൾ കുഞ്ഞുമുളകൊണ്ട് പണിത ഓടക്കുഴലുകളാണ്. അതാണ് സംഗീതം.

അമ്പും വില്ലുമായി കുതിച്ചെത്തുന്ന സന്താളുകാരെപ്പോലെ മദ്രാസ് മെയിൽ കണ്ണൂർ സ്റ്റേഷൻ കീഴടക്കി. ഹിക്കിം ബോത്തംസിന്റെ ബുക്ക് സ്റ്റാളിനു മുന്നിൽ നിൽക്കാനാണ് വി അമ്പാടി വി പറഞ്ഞത്. മണ്ണിൽ പൂഴ്ത്തിവെച്ച് ഉയരത്തിൽ കത്തിച്ചുവെച്ച രണ്ട് പന്തങ്ങളായി അവർ അവിടെ കാത്തു നിന്നു ജ്വലിച്ചു.

വണ്ടി നിർത്തുമ്പോൾ തന്നെ കോച്ചിനു മുന്നിൽ നീല യൂനിഫോ മിട്ട നാല് റെയിൽവെ ജീവനക്കാർ വന്നു നിന്നു. അവർ ചെറുപ്പക്കാ രാണ്. വി അമ്പാടി വി കോച്ചിനു മുന്നിൽ കുതിച്ചെത്തി. നീലക്കുപ്പായ ക്കാർക്കു മുന്നിൽ ഇരുചക്ര സൈക്കിൾ വണ്ടി. നീലക്കുപ്പായക്കാർ അക ത്തു കയറി. ഒരാളെ ഇരുചക്രവണ്ടിയിൽ ഇറക്കി ഇരുത്തി. വി അമ്പാടി വി 'സ്പ്രിംഗ്' എന്നു പറഞ്ഞു. നീലക്കുപ്പായക്കാരിലൊരാൾ 'വസന്തം' എന്നു മറുകോഡ് പറഞ്ഞു. കസേരയിൽ നീണ്ട മുഖമുള്ള ഒരാൾ. ഒരു കൊടിമരത്തിന്റെ ഉയരമുണ്ട് അയാൾക്ക്. അയാൾ വായ തുറന്നു ചിരിച്ചു. മുകളിലെ പല്ലുകളെല്ലാം പ്രകടനത്തിനു വന്ന ഗ്രാമീണരായ മനുഷ്യരെ പോലെ. താഴത്തെ പല്ലുകൾ യു ജി യിൽ തന്നെ. രാമകൃഷ്ണൻ മന സ്സിൽ മുദ്രാവാക്യം വിളിച്ചു. 'സഖാവ് ചാരുമജുംദാർ സിന്ദാബാദ് '

വി അമ്പാടി വി ഇംഗ്ലീഷിലും ഹിന്ദിയിലും മാറിമാറി എന്തൊക്കെയോ പറയുന്നുണ്ട്. ആർ പി ബി യുടെ മുഖത്തു നോക്കി ഇങ്ങിനെ പറഞ്ഞു.

'ട്രെയിൻ തീരുമാനിച്ച സമയത്തിനു എത്തി. ഒട്ടും വൈകിയില്ല. ഒട്ടും നേരത്തെയല്ല. നക്സൽ ബാരി വിപ്ലവത്തിന്റെ സമയം പോലെ'

അത് മനസ്സിലായതുപോലെ ചാരുമജുംദാർ മംഗലാപുരത്തേക്ക് നീ ങ്ങുന്ന ട്രെയിനിനെ നോക്കി. തല ചെറുതായി അനക്കി ചിരിച്ചു.

വി അമ്പാടി വി പതുക്കെ ആർ പി ബി യോട് മരങ്ങളുണ്ടോ എന്നു ചോദിച്ചു. ആർ പി ബി മുളങ്കാടുകൾ എന്നു പറഞ്ഞു. മുളങ്കാടുകളുടെ മർമ്മരം പോലെ ആർ പി ബി യുടെ ചിരി. സുരക്ഷിതം എന്നു വി അമ്പാ ടി വി ക്ക് ബോധ്യമായി.

ആർ പി ബി പെരളശ്ശേരിയിലേക്ക് കാറോടിച്ചു. രാമകൃഷ്ണൻ ഇത്ര

നേരം എല്ലാം കേൾക്കുകയല്ലാതെ ഒന്നും മിണ്ടിയില്ല. മൗനത്തിന്റെ കനമുള്ള കാവൽ. കാറിൽ കമ്പി കൊണ്ട് കെട്ടിയിട്ട ബോംബിന്റെ പിരിമുറുക്കം പോലെ വിപ്ലവകാരികളുടെ കനത്ത വികാരലേശമില്ലാത്ത മൗനം.

പെരളശ്ശേരിയിൽ അമ്പലം സ്റ്റോപ്പിനെത്തിയപ്പോൾ രാമകൃഷ്ണൻ കാർ സ്റ്റോപ്പ് ചെയ്യാൻ അടയാളം കാണിച്ചു. അമ്പലത്തിലേക്ക് പോകുന്ന നടപ്പാത തുടങ്ങുന്ന സ്ഥലത്തെ ഇലക്ട്രിക്ക് പോസ്റ്റിലെ ബൾബ് മാത്രം കത്തുന്നുണ്ട്. അതിന്റെ വെളിച്ചമേ ഇപ്പോൾ ഈ ചെറിയ ടൗണിനുള്ളു. പൂട്ടിക്കിടക്കുന്ന പീടികകളുടെ രാത്രിയുറക്കം. കണ്ണൂരിൽ നിന്നു വന്ന ഈ അംബാസഡറല്ലാതെ ഒരു വണ്ടിയും ഇല്ല. അങ്ങോട്ടുമിങ്ങോട്ടും ഒന്നും പോകുന്നുമില്ല. അമ്പലത്തിന്റെ ഭാഗത്തു നിന്നുള്ള ഇരുട്ടിൽ നിന്നു മൂന്നു കോമ്രേഡ്സ് വന്നു. കോമ്രേഡ് ശ്രീധരൻ, രവി, പവിത്രൻ. പവിത്രനും രവിയും ചാരുകസേല താങ്ങിപ്പിടിച്ചാണ് വരവ്. കാറിന്റെ ഡോറിനടുത്ത് അവരത് നിവർത്തി.

ചാരുമജുംദാരെ അവരെടുത്ത് കസേരയിലിരുത്തി. വളരെ ശ്രദ്ധയോടെ. ശ്രീധരനും രാമകൃഷ്ണനും മുമ്പിൽ, രവിയും പവിത്രനും പിറകെ നാല് ചുമലുകളിൽ ചാരുകസേര. അവർ അമ്പലം റോഡിലേക്ക് നീങ്ങി. ഇരുട്ടിൽ രണ്ടുപേർ വീണ്ടും പ്രത്യക്ഷപ്പെട്ടു. അവർ വഴിയിൽ ടോർച്ചടിച്ചു. ഇത് വടക്കുമ്പാട്ടേക്കുള്ള വഴിയാണ്.

ചാരുമജുംദാറിന് ഇരട്ടചക്രവണ്ടിയിൽ കയറുമ്പോൾ ഉണ്ടായ അതേ ചിരി. അവർ നാലുപേരും അമ്പലം ഭാഗത്തെ ഇരുട്ടിലേക്ക് നടന്നു. ഇരുട്ടിൽ രണ്ടു പേർ ബാലനും, സുരനും ടോർച്ചടിച്ച് മുന്നിൽ നടന്നു. ചെറിയ റോഡ് ഇടവഴി വളഞ്ഞും പിരിഞ്ഞും അണ്ടർ ഗ്രൗണ്ടിലേക്കെന്നപോലെ യാത്ര. ചാരുകസേരയിലിരുന്നു ഇടവഴിക്കപ്പുറത്തും ഇപ്പുറത്തും ഇരുട്ട് വർഗശത്രുക്കളെ പോലെ പരുങ്ങുന്നത് നോക്കി ചാരുമജുംദാർ ഒച്ചയില്ലാതെ ചിരിച്ചു. വിപ്ലവത്തിന്റെ കുട്ടികൾ ഈ ഇരുട്ടിൽ തന്നെയുണ്ട്.

അതിനിടയിൽ വി അമ്പാടി വിയോട് ചാരുമജുംദാർ വളരെ ഗൗരവത്തിൽ ചിലതൊക്കെ പറയുന്നുണ്ട്. രാമകൃഷ്ണന് അതൊട്ടും പിടികിട്ടുന്നില്ല. ഇംഗ്ലീഷാണ്. റവലൂഷൻ, ക്ലാസ്സ് വാർ, ലോംഗ് മാർച്ച് എന്നൊക്കെ ചിലത് മനസ്സിലാകും.

ഇടവഴി കയറി ഓലമേഞ്ഞ വീടിന്റെ ഇറയത്തെ ബഞ്ചിൽ അയാളെ കൊണ്ടിരുത്തി. രണ്ടുപേരുടെ ചുമലിൽ പിടിച്ച് അയാൾക്ക് മെല്ലെ നടക്കാം. രവിയുടെയും ബാലന്റെയും ചുമലിൽ അയാൾ വീടിന്റെ പുറത്തെ വാതിലിലൂടെ നീണ്ട മുറിയിലേക്ക് കയറി. അവിടെ ഒരു ചിമ്മിനി വിളക്ക് പ്രകാശിച്ചു.

ഒരു ചെറിയ കട്ടിൽ. തടിപ്പൊന്നുമില്ലാത്ത കിടക്ക. നക്സൽബാരിയിലെ കുട്ടികളുടെ വയറുപോലെ ഒട്ടി മടങ്ങിയ തലയണ. മേശ. കസേല. ആ മുറിയുടെ സൗകര്യങ്ങളെല്ലാം ഇന്നു രഹസ്യമായി സംഘടിപ്പിച്ചതാണ്.

ചാരുമജുംദാർക്ക് ഇത് മതി. അയാൾ കിടക്കയിലിരുന്നു. ചെറിയ ജനലിലൂടെ പുറത്തേക്ക് നോക്കി. മുളങ്കാടുകളില്ല. മുളംകുടിലുകളില്ല. ചായത്തോട്ടങ്ങളില്ല. ഇരുട്ടിലും കാണാം. പരന്ന സ്ഥലികളിൽ തല ഉയർത്തി നിൽക്കുന്ന തെങ്ങുകളും കവുങ്ങുകളും. കുത്തനെ വെച്ച നീണ്ട തോക്കുകൾ പോലെ. മുറ്റത്തിന്റെ ഓരത്ത് വാഴകളുടെ ഇലകൾ ഇളകുന്നുണ്ട്.

വി അമ്പാടി വി ഇംഗ്ലീഷിലാണ് പറഞ്ഞു കൊടുത്തത്. ഇത് സഖാവ് ബാലന്റെ വീടാണ്. ചാരുമജുംദാർ ബാലനെ നോക്കി ചിരിച്ചു. അപ്പോൾ സമയം പന്ത്രണ്ട് മണി കഴിഞ്ഞിരുന്നു.

കഞ്ഞി വന്നു. ഉണക്ക ചെമ്മീൻ സമ്മന്തിയും. ബാലന്റെ മകൾ ജാനകിയാണ് കിണ്ണത്തിൽ കഞ്ഞി കൊണ്ടുവന്നത്. കിണ്ണം മുളങ്കാടുകൾക്കുള്ളിൽ നിന്നു വരുന്ന പ്രകാശം പോലെ ജ്വലിച്ചു. പെൺകുട്ടി ഗൗരവത്തിലാണ്. ചാരുമജുംദാർ ചിരിച്ചപ്പോൾ അവൾ ചിരിച്ചെന്നു വരുത്തി. അവൾക്ക് മനസ്സിലാകാത്ത എന്തോ ഒന്നുണ്ട്, ഈ അധ്യായത്തിൽ. ഒരു കോപ്പയിൽ ചെറുപാര് പുഴുക്കുമായി അവൾ വീണ്ടും വന്നു.

ബാലന്റെ ഭാര്യയെക്കുറിച്ച് ചാരുമജുംദാർ അന്വേഷിച്ചു. ജാനകിയാണ് പകുതി ഇംഗ്ലീഷിലും പകുതി മലയാളത്തിലും അമ്മ അപ്പുറത്തെ വീട്ടിലെ അമ്മമ്മയുടെ കൂടെ കണ്ണൂർ ഗവണ്മെന്റ് ആശുപത്രിയിലാണെന്നും അവർ ഡിസ്ചാർജ്ജ് ചെയ്യുമ്പോളെ വരികയുള്ളുവെന്നും മറുപടി പറഞ്ഞത്. ചോദ്യമേയുള്ളു. ഉത്തരം അയാൾ കേൾക്കുന്നില്ല എന്ന് ജാനകിക്ക് തോന്നി. അന്നേരം ചാരുമജുംദാറിന്റെ മനസ്സിൽ ആസന്നമായ വിപ്ലവത്തെക്കുറിച്ചുള്ള വിചാരങ്ങളാണ് വന്നു നിറഞ്ഞത്. അയാൾക്ക് ഉറക്കം വരുന്നുണ്ടായിരുന്നു.

രാമകൃഷ്ണനും സംഘവും മടങ്ങി. വിപ്ലവത്തിന്റെ ഇന്നത്തെ ചുമതലകൾ അവസാനിച്ചിരിക്കുന്നു. വി അമ്പാടി വി യും, ആർ പി ബി യും രാമകൃഷ്ണനോടൊപ്പം ഇരുട്ടിലേക്കിറങ്ങി.

പുലർച്ചെ ചായകൊണ്ടു കൊടുത്തത് ജാനകി ആയിരുന്നു. അവൾ എസ്സ് എസ്സ് എൽ സി തോറ്റ് കേപ്പീസ് ട്യൂട്ടോറിയലിൽ ക്ലാസ്സിനു പോകുന്നുണ്ട്. എങ്ങിനെയെങ്കിലും എസ്സ് എസ്സ് എൽ സി പാസ്സാകണമെന്നത് അവളുടെ മോഹമായിരുന്നു. ബാലന്റെ മോളായത് കൊണ്ട് പ്രിൻസി

പ്പാൾ നാരായണൻ മാഷ് അവളോട് ഫീസ് വാങ്ങിയിരുന്നില്ല.

ചായ മേശമേൽ വെച്ച് തിരിഞ്ഞു നടക്കുമ്പോൾ ജാനകിക്ക് ഇങ്ങിനെ പറയണമെന്നു തോന്നി.

'ഇത് എ കെ ജി യുടെ നാടാണ്. ഈ വീടിനു മുന്നിലെ മൺറോഡിലൂടെ നടന്നാൽ അഞ്ചാറ് വീടിനപ്പുറം എ.കെ.ജി.യുടെ വീടാണ്.'

എ കെ ജി എന്നു മാത്രം അവൾ മെല്ലെ പറഞ്ഞു. മുളങ്കാടുകൾക്കും, തെങ്ങുകൾക്കും ഇടയിൽ നിന്നു കുറേ ആളുകൾ ഇറങ്ങി വന്നു. എ.കെ.ജി മുണ്ടുമടക്കിക്കുത്തി അവർക്കു മുന്നിൽ നടന്നു.

'കുട്ടി മാവോവിനെക്കുറിച്ച് കേട്ടിട്ടുണ്ടോ ?'

'നിങ്ങൾ എ കെ ജി യെ കണ്ടിട്ടുണ്ടോ?'

അത്ര ശക്തിയൊന്നുമില്ലാത്ത രണ്ടു വെടിയുണ്ടകൾ പോലെ അതവിടെ ചിതറി വീണു. ഒരു സാന്താൾ പെണ്ണ് അമ്പയക്കുന്നത് പോലെ.

ബാലൻ മാർക്സിസ്റ്റ് പാർട്ടിയുടെ ബ്രാഞ്ച് സെക്രട്ടറിയായിരുന്നു. പെരളശ്ശേരിയിൽ കേപ്പീസ് ട്യൂട്ടോറിയൽ വന്നതിന് ശേഷം ബാലൻ രാത്രി നാരായണൻ മാഷുടെ ക്ലാസ്സ് കേൾക്കാൻ പോയി. ബ്രാഞ്ച് സെക്രട്ടറി നക്സലൈറ്റായി. ഇന്ത്യൻ വിപ്ളവത്തിന്റെ പാത മാറി. പെരളശ്ശേരി റോഡിലൂടെ നടന്നു, താഴെ കുളത്തിന് അരികെയുള്ള മാർക്സിസ്റ്റ് പാർട്ടി ഓഫീസിലേക്ക് പോകുന്നതിനു പകരം സ്കൂളിനും അമ്പലം റോഡിനുമരികിലെ ഉൾഭാഗത്തെ ഒട്ടും വീതിയില്ലാത്ത ഒരാൾക്ക് മാത്രം നടക്കാൻ കഴിയുന്ന ഇടവഴികൾ കയറി ചെല്ലുന്ന കേപ്പീസ്സ് കോളേജിലേക്കുള്ള വഴിയിലേക്കായി വൈകുന്നേരങ്ങളിലെ ബാലന്റെ നടത്തം.

ജാനകിയുടെ മനസ്സിൽ ഒരു ചോദ്യം വില്ലിൽ നിന്നു പുറത്തു വരാത്ത ഒരു അമ്പു പോലെ കുരുങ്ങിക്കിടന്നു.

'നിങ്ങൾ ആരെയെങ്കിലും കൊന്നിട്ടുണ്ടോ?'

അയ്യോ അത് ചോദിക്കരുത്. അതയാളെ വേദനിപ്പിച്ചാലോ?

അച്ഛൻ കേപ്പീസ് ടൂട്ടോറിയലിലേക്ക് വൈകുന്നേരത്തെ വഴി മാറ്റിയതൊന്നും ജാനകിക്ക് ബോധിച്ചിട്ടില്ല. മുമ്പായിരുന്നെങ്കിൽ അച്ഛൻ ചീരുവമ്മയുടെ കൂടെ ആസ്പത്രിയിൽ നിൽക്കാൻ സമയം കണ്ടെത്തുമായിരുന്നു. അമ്മയെ തള്ളിവിടില്ല. അച്ഛൻ ഇന്ത്യൻ വിപ്ലവത്തിന്റെ പുതിയ പാതയിൽ കുടുങ്ങിപ്പോയി. പത്തിൽ തോൽക്കുമ്പോഴും ഇംഗ്ലീഷിൽ അവൾക്ക് 72 ഉം സോഷ്യൽ സ്റ്റഡീസിൽ 75 ഉം മാർക്കുണ്ടായിരുന്നു. കണക്കിൽ 7 ഉം.

പെരളശ്ശേരി ഗവ. ഹൈസ്ക്കൂളിന്റെ മതിലിന്റെ തൊട്ടിപ്പുറത്തെ വീടാണ് കേപ്പീസ് കോളേജ്.പകൽ മുഴുവൻ സ്കൂൾ കുട്ടികൾക്കുള്ള

ക്ലാസ്സുകൾ. പ്രധാനം പത്താം ക്ലാസ്സ് തോറ്റവർക്കുള്ള ബാച്ച്. നാരായണൻമാഷ് പ്രിൻസിപ്പാൾ. രാത്രി ബീഡിത്തൊഴിലാളികൾക്കുള്ള ക്ലാസ്സുണ്ട്.

പെരളശ്ശേരിയിലെ മാർക്സിസ്റ്റുകാരായ ചെറുപ്പക്കാരെല്ലാം നക്സലൈറ്റ് ആയിരിക്കുന്നു. ജാനകിയുടെ അച്ഛൻ ബാലനടക്കം. ഇന്ത്യൻ ചക്രവാളങ്ങളിൽ വസന്തത്തിന്റെ ഇടിമുഴക്കമാണെന്ന് പീപ്പിൾസ് ഡെയ്ലിയിൽ വന്ന വാർത്ത ക്ലാസ്സിൽ നാരാണൻ മാഷാണ് പറഞ്ഞത്. അത് പറയുമ്പോൾ രാത്രി പതിനൊന്ന് മണി ആയിരുന്നു. ക്ലാസ്സിലെ റാന്തൽ വെളിച്ചവും പുറത്ത് സ്ട്രീറ്റ് ലൈറ്റും കത്തി നിന്നു. തെരുവ്വിളക്കുകൾ റാന്തലിന്റെ പ്രകാശത്തെ പരിഹസിച്ചു ചിരിച്ചു.

വാർത്ത കേട്ടപ്പോൾ ക്ലാസ്സ് നിർത്തി. എല്ലാവരും എഴുന്നേറ്റു. പൂട്ടിയിട്ട പീടികകൾക്ക് മുന്നിലൂടെ പ്രകടനം നടന്നു. ചൈനീസ് ചെയർമാൻ നമ്മുടെ ചെയർമാൻ, ചൈനീസ് പാത നമ്മുടെ പാത.

മങ്ങിക്കത്തുന്ന ഇലക്ട്രിക്ക് വെളിച്ചങ്ങളും, മരപ്പലകകൾ കൊണ്ട് നിരയിട്ട പീടികകൾക്കുള്ളിലെ അനാദി സാധനങ്ങളും, ചായപ്പീടികകളിൽ ബാക്കി വന്നു കുളിർത്ത്പോയ പഴംപൊരികളും തളർന്നുണങ്ങിപ്പോയ പിട്ടു കഷണങ്ങളും, കെ സി യുടെ ഉഷ ക്ലോത്ത് മാർട്ടിലെ മുണ്ടുകളും വില കുറഞ്ഞ സാരികളും ബ്ലൗസിന്റെ തുണികളും, അന്ത്രുമാനിക്കയുടെ പീടികയിലെ പായയും മുറവും കയിലുകളും ഉണക്കമുള്ളനും ഞെട്ടിയുണർന്നു.

പെരളശ്ശേരിക്കാർ ഒന്നുമറിയാതെ കിടന്നുറങ്ങി. മുളങ്കുടിലിലെ കാറ്റിന്റെ കൈകൾ അവരെ തൊട്ടില്ല. അമ്പലത്തിനു മുമ്പിലൂടെ വളച്ച് കച്ചേരിമട്ടവരെ പ്രകടനക്കാർ നടന്നു. തിരിച്ച് നടക്കുമ്പോൾ മാർക്സിസ്റ്റ് പാർട്ടി ഓഫീസിനു മുന്നിൽ പ്രകടനം ഒന്നു പതറി. വിനീതനായി. ചെറുനേരം നിശബ്ദമായി. പിന്നെ വീണ്ടും ചെയർമാൻ മാവോ ഒച്ചയിലായി.

തൊട്ടിപ്പുറത്ത് കുളം. കുളത്തിൽ നീർക്കുമിളകളുടെ അവസാന ശ്വാസംവലി. കള്ളുഷാപ്പിനു മുന്നിൽ അവർ പ്രകടനം നിർത്തി. നാരായണൻ മാഷ് അവരെ ആ രാത്രിയിൽ അഭിവാദ്യം ചെയ്തു സംസാരിച്ചു.

അവർ പിരിഞ്ഞു പോയതിനുശേഷം വീണ്ടും നിശബ്ദമായ പെരളശ്ശേരി ടൗണിലൂടെ പോലീസ് വണ്ടി കുതിച്ചു വന്നു. പോലീസുകാർ ഇടവഴികളിലേക്ക് ടോർച്ചടിച്ച് നോക്കി. ഇരുട്ടിനോട് ചിരിച്ച് അവർ വണ്ടിയിലേക്ക് കയറി. പിന്നെ ആ രാത്രിയും തീർന്നു പോയി.

കേപ്പീസിൽ പ്രഭാകരൻ മാഷ് റഷ്യൻ വിപ്ലവത്തെക്കുറിച്ച് ക്ലാസ്സെടു

ക്കുന്ന സമയത്താണ് ചാരുമജുംദാർ ബാലന്റെ വീടിന്റെ മുറ്റത്ത് എഴുപതോളം വരുന്ന വിപ്ലവകാരികളോട് സംസാരിച്ചത്. അയാൾ ഇംഗ്ലീഷിൽ വിവർത്തനം ചെയ്തത് വയനാട്ടിൽ നിന്നു വന്ന മധു മാഷ്. തൃശ്ശിലേരിയിലെ പാരലൽ കോളേജിലെ ഇംഗ്ലീഷ് മാഷ്. മുപ്പത്തിരണ്ട് പേർ പെരളശ്ശേരിക്കാരും, ബാക്കിയുള്ളവർ പുറത്ത്നിന്നു വന്നവരും. കതിരൂരിൽ നിന്നും, പയ്യന്നൂരിൽ നിന്നും, തിരുനെല്ലിയിൽ നിന്നും, നീലേശ്വരത്ത് നിന്നും, വടകരയിൽ നിന്നും, വന്നവർ. പെരളശ്ശേരി ബസ്സിറങ്ങി നടന്നു വന്നവർ. കൃത്യമായി വഴിയറിയാത്തതുകൊണ്ടും ഒട്ടും പരിചയമില്ലാത്തതുകൊണ്ടും, ഉള്ളിൽ ഭയമുള്ളതുകൊണ്ടും എല്ലാവർക്കം വഴി തെറ്റി. അതുകൊണ്ട് യോഗം തുടങ്ങാൻ വൈകി. ഇപ്പോഴും വഴിതെറ്റി പലരും അലയുന്നുണ്ടാവും.

ചാരുമജുംദാർ നക്സൽബാരിയെക്കുറിച്ചും, മരിച്ചുവീണ ഏഴ് പെണ്ണുങ്ങളെക്കുറിച്ചും പറഞ്ഞു. സായുധ കലാപം, ചെയർമാൻ മാവോ, പീപ്പിൾസ് ഡെയ്ലി ,ലോംഗ് മാർച്ച്, സി പി എം, കോമ്രേഡോർ ബൂർഷ്വാസി ചാരുമജുംദാർ തുടരുമ്പോൾ സദസ്സ് പോലീസ് സ്റ്റേഷനകത്തെന്നന്ന പോലെ സംശയിച്ച് കണ്ണുകൾകൈമാറി.

അതേ സമയം, പ്രഭാകരൻ മാഷ് റഷ്യൻ വിപ്ലവത്തെക്കുറിച്ചുള്ള പിരിയഡ് അവസാനിപ്പിച്ച് ബ്ലാക്ക് ബോർഡ് തുടച്ചുകൊണ്ട് അവസാനം പറഞ്ഞത് ഇങ്ങനെ.. 'തൊഴിലാളികൾ എപ്പോഴും ലെനിന് ചുറ്റുമുണ്ടായിരുന്നു. അതായിരുന്നു ലെനിന്റെ ഒളിത്താവളം. ലെനിൻ ജനങ്ങളെ സ്നേഹിച്ചതു പോലെ എല്ലാ കമ്യൂണിസ്റ്റുകാരും ജനങ്ങളെ സ്നേഹിക്കണമെന്നാണ് സ്റ്റാലിൻ പിന്നീടൊരിക്കൽ പറഞ്ഞത്.'

ജാനകി വീട്ടിലെത്തുമ്പോഴേക്കും ആ മുറി ശൂന്യമായിരുന്നു. അമ്മ പറഞ്ഞു.

'യോഗം കഴിഞ്ഞ് ചോറും തിന്ന് രാമകൃഷ്ണനും സഖാക്കളും ചാരു കസേലയിൽ ചുമന്ന് ആ മനുഷ്യനെ കൊണ്ടുപോയി. ഇടവഴിയിലൂടെ റോഡിൽ, പിന്നെ കാറിൽ തീവണ്ടിയാപ്പീസിലേക്ക്. നിന്റച്ഛനും പോയിട്ടുണ്ട്.'

അമ്മ എന്തോ ഒരു സന്ദേഹത്തോടെ ഇടവഴിയിലേക്ക് നോക്കി തരിച്ചുനിന്നു. ജാനകിക്ക് കുടലുകത്തി. അടുപ്പിൻ കുണ്ടിലെ കുഞ്ഞി കലത്തിൽ നിന്നു ചോറു കോരിയെടുത്തു. ചട്ടിയിൽ നിന്നു മീൻകൂട്ടാനും. മീനിനെ പിടിക്കുന്നവരെക്കുറിച്ചും മനുഷ്യരെ പിടിക്കുന്നവരെക്കുറിച്ചുമോർത്ത് ജാനകി ചോറു തിന്നു. ഏതോ സമയത്ത് അവളുടെ കണ്ണുകൾ നിറഞ്ഞു.

ചാരുമജുംദാർ പോയതിന്റെ നാലാം ദിവസം പെരളശ്ശേരി ടൗണിൽ എ.കെ ജി വന്നു. ബീഡിക്കമ്പനികൾ കയറിയിറങ്ങി. ബീഡിപ്പണിക്കാരോട് രഹസ്യങ്ങളൊന്നുമില്ലാത്ത ചിരി ചിരിച്ചു. രാമേട്ടന്റെ കപ്പി പീടികയിൽ കയറി ബല്ലം കൊഴുത്ത കപ്പിയും തേങ്ങയിട്ടു കുഴച്ച അവിലും തിന്നു. ഖദർ സ്ഥിരമായി ഇടുന്ന കോൺഗ്രസുകാരൻ അച്ചുവേട്ടന്റെ പീടികയിൽ നിന്നും മോരുംവെള്ളം കുടിച്ചു. നമ്മക്ക് വടക്കുമ്പാട് പോകാമെന്നു എ കെ ജി പറഞ്ഞു.

ആരോ എ കെ ജി ക്ക് സിന്ദാബാദ് വിളിച്ചു. എ.കെ ജി കയ്യുയർത്തി അത് തടഞ്ഞു. മാർക്സിസ്റ്റ് പാർട്ടി സിന്ദാബാദ് എന്നു വിളിച്ചപ്പോൾ അത് ശരി എന്നു പറഞ്ഞ് എ കെ ജിയും ഏറ്റു വിളിച്ചു. സിന്ദാബാദ് വിളികൾ കേട്ട് ഇടവഴികൾക്കും, തെങ്ങുകൾക്കും സന്തോഷമായി. വളഞ്ഞുപുളഞ്ഞ ഇടവഴികളിലൂടെ എ കെ ജി വടക്കുമ്പാട്ടിലെത്തി.

കാലാമതി മാപ്ളയുടെ അനാദി പീടികക്കു മുന്നിൽ എ കെ ജി നിന്നു. എ കെ ജി കാലാമതി മാപ്ളയോട് ഒരു ബെല്ലം ചോദിച്ചു വാങ്ങി നുണച്ചു. ജാനകിക്ക് അതുകണ്ടു ചിരിപൊട്ടി. കൂടി നിന്നവരെ നോക്കി എ കെ ജി പറയാൻ തുടങ്ങി. സഖാവ് ബാലന്റെ മുറ്റത്ത് യുജിയിലെന്ന പോലെ ഒളിച്ചു നിന്ന ബാലനും രാമകൃഷ്ണനും അത് കേൾക്കാം.

ജാനകി തിണ്ടിന്മേൽ നിന്നു അതും കേട്ടു. മുളങ്കാടുകളില്ല, അതിന്റെ നേർത്ത കാറ്റു മാത്രം. തോക്കുകളും അമ്പും വില്ലുമില്ല, അതിന്റെ ഉന്നം മാത്രം. ചോരയില്ല, മിനുസമുള്ള കല്ലുകൾക്ക് മുകളിൽ പരന്ന നീർച്ചാലുകൾ മാത്രം. മരണമില്ല, ഹൃദയത്തിൽ തൊടുന്ന വാക്കുകൾ മാത്രം. ലെനിൻ ജനങ്ങളെ സ്നേഹിച്ചതുപോലെ എന്നു മാഷ് ക്ളാസിൽ പറഞ്ഞത് ജാനകി വീണ്ടുമോർത്തു.

കുറേ ദിവസം കഴിഞ്ഞപ്പോൾ ജാനകി ഒരു കത്തെഴുതി. നക്സൽ ബാരി എന്നു മാത്രം വിലാസം. ചാരുമജുംദാറിന്. നീല ഇൻലന്റ്. അത് സിലിഗുരിയിൽ നിന്ന് നക്സൽ ബാരിയിലെത്തി. പ്രസാദ് ജോട്ടിലെയും ഡാർജിലിംഗിലെയും, ഹാതിഗിഷയിലെയും, പോസ്റ്റ് ഓഫീസുകളിൽ അത് ഒളിവിൽ കിടന്നു. ആരും അതിനെ ഗൗനിച്ചില്ല. അതിന്റെ ഹൃദയം പിടച്ചു. ദീർഘ ദിവസങ്ങൾ കടന്നു പോയി. തപ്പാലാപീസിന്റെ ചെറിയ ജനലിലൂടെ കടന്നു വന്ന കുരുത്തം കെട്ട കാറ്റ് അതിനെ തൊട്ടിളക്കുന്നതിൽ സന്തോഷിച്ചു.

ഡാർജിലിംഗിലെ പോസ്റ്റ്മേൻ മേൽവിലാസം മനസ്സിലാകാത്തതിനാൽ തപാലാപ്പീസിന്റെ മുറ്റത്തോട് ചേർന്നുള്ള ചെറിയ മരത്തിന്റെ കുണ്ടിലേക്ക് അതിനെ എറിഞ്ഞതാണ്. എന്നിട്ടും, അടിച്ചു വാരാൻ വരുന്ന

പെൺകുട്ടി അത് കയ്യിലെടുത്തു. മേൽവിലാസത്തിലെ ജാനകിയുടെ കയ്യക്ഷരമാണ് അവളെ കൊതിപ്പിച്ചത്. നീല ഇൻലന്റിനകത്ത് ആരുടെയോ മനസ്സ് പിടക്കുന്നതു പോലെ അവൾക്ക് തോന്നി. അവളത് റീഡയരക്ട് ചെയ്തു. To,ആലിപ്പൂർ ജയിൽ.

ആലിപ്പൂർ ജയിലിലെ സബ്ബ് ഇൻസ്പകൂർ അബീർ ചൗധരിയുടെ മേശക്കു മുകളിൽ ആ ഇൻലന്റ് ആരും പൊട്ടിച്ചു നോക്കാതെ അനാഥമായി കിടന്നു. കത്ത് വായിക്കേണ്ട ആൾ ദിവസങ്ങൾക്കു മുമ്പെ ജയിലിൽ വെച്ച് മരിച്ചു പോയി. അബീർ ചൗധരി എന്ന ചെറുപ്പക്കാരനായ സബ്ബ് ഇൻസ്പെക്ടർ ഒരു രാവിലെ അത് കീറി കീറിയെടുത്ത് നേരിയ സങ്കടമുള്ള മുഖഭാവത്തോടെ ജനലിലൂടെ വലിച്ചെറിഞ്ഞു.

ആ നേരം പെരളശ്ശേരി വടക്കുമ്പാട്ടിലെ ജാനകി എന്ന പെൺകുട്ടി സഖാവ് ബാലൻ എന്ന തന്റെ അച്ഛനോട് ഇങ്ങിനെ പറഞ്ഞു.

'അച്ഛാ, ചാരുമജുംദാർക്ക് ഞാൻ ഒരു കത്തെഴുതിയിരുന്നു. ചെറിയ കത്ത്. അതിങ്ങനെയായിരുന്നു. നിങ്ങൾ പോയി കുറച്ചു ദിവസം കഴിഞ്ഞപ്പോൾ എ കെ ജി വന്നിരുന്നു. സ്നേഹത്തോടെ എ കെ ജി ഞങ്ങളോട് കുറേനേരം വർത്തമാനം പറഞ്ഞു. എന്റെ അച്ഛനെയും രാമകൃഷ്ണേട്ടനെയും കെട്ടിപ്പിടിച്ചു. അന്നു നിങ്ങൾ സംസാരിച്ച യോഗത്തിൽ വന്നവരെല്ലാം എ കെ ജിയെ കാണാനും കേൾക്കാനും വന്നു.'

അച്ഛനും മകളും കെട്ടിപ്പിടിച്ച് പരസ്പരം അഭിവാദ്യം ചെയ്തു.

www.ingramcontent.com/pod-product-compliance
Lightning Source LLC
LaVergne TN
LVHW040821051026
849519LV00007BA/2698